சிந்திப்பதைத் தவிர வேறு வழியில்லை!

சுகுணா திவாகர்

எதிர்
வெளியீடு

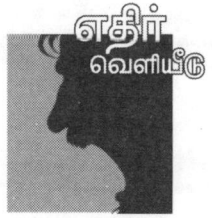

சிந்திப்பதைத் தவிர வேறு வழியில்லை!

சுகுணா திவாகர்

முதல் பதிப்பு: டிசம்பர் 2016
இரண்டாம் பதிப்பு: மார்ச் 2018

எதிர் வெளியீடு,
96, நியூ ஸ்கீம் ரோடு, பொள்ளாச்சி - 642 002.
தொலைபேசி: 04259 -226012, 99425 11302.

விலை: ரூ. 100

**Sinthipathai Thavira
Veru Vazhiillai**
Suguna Divagar

© Suguna Divagar

First Edition: December 2016

Second Edition: March 2018

Published by
Ethir Veliyeedu, 96, New Scheme Road, Pollachi - 642 002.
email: ethirveliyedu@gmail.com
www.ethirveliyedu.in

Price: ₹ 100

ISBN : 978-93-84646-97-4

Printed at Jothy Enterprises, Chennai.

All rights reserved. No part of this book may be reprinted or reproduced or utilised in any form or by any electronic, mechanical or other means, now known or hereafter invented, including photocoping and recording, or in any information storage or retrieval system, without permission in writing from the Publisher.

ஏ.ஜி.கே என்றழைக்கப்பட்ட தோழர் ஏ.ஜி.கஸ்தூரிரங்கன்
கவிஞர் இன்குலாப்
ஃபிடல் காஸ்ட்ரோ ஆகியோருக்கு

வழிகளுக்கு முன்பாக....

பல்வேறு காலகட்டங்களில் பல்வேறு அம்சங்கள் குறித்து எழுதிய கட்டுரைகளின் தொகுப்பே இந்த நூல். தமிழ்ச் சமூகத்தின் பண்பாட்டு மற்றும் அரசியல் வெளி குறித்த என் பார்வைகளே இந்தக் கட்டுரைகள். இதில் 'பெரியாரின் போராட்ட முறைமைகளும் அரசு ஆதரவு மற்றும் வன்முறை குறித்த கேள்விகளும்' கட்டுரை 'உன்னதம்' இதழிலும் 'நூறாண்டு காணும் அம்பேத்கரின் முதல் புத்தகமும் சமகால சாதியச் சிக்கல்களும்', 'தமிழர் என்ற அரசியல் அடையாளம்', 'எம்.ஜி.ஆர், ரஜினி, அஜித் : பிம்பங்களுக்குப் பின்னால்' ஆகிய மூன்று கட்டுரைகளும் 'விகடன் தடம்' இதழிலும் 'சாதி காப்பாற்றும் சினிமா' கட்டுரை 'படச்சுருள்' இதழிலும் வெளியாகின. வெளியிட்ட 'உன்னதம்' இதழின் ஆசிரியர் தோழர் கௌதம சித்தார்த்தன், 'விகடன் தடம்' இதழின் ஆசிரியர் ரா.கண்ணன், ஆசிரியர் குழுவைச் சேர்ந்த நண்பர் வெய்யில், 'படச்சுருள்' ஆசிரியர் தோழர் தமிழ் ஸ்டுடியோ அருண் ஆகியோருக்கும் பாரதிதாசன் பிறந்தநாள் விழாக் கருத்தரங்கில் பேச அழைத்த திராவிடர் கழகத் தோழர் பிரின்ஸ் என்னாரெஸ் பெரியார், திராவிடர் வாழ்வியல் மலருக்காகக் கட்டுரை கேட்டு வாங்கி வெளியிட்ட தோழர் தாமரைக்கண்ணன் ஆகியோருக்கு நன்றிகள். மற்ற கட்டுரைகள் அனைத்தும் என் வலைப்பக்கத்திலும் முகநூல் குறிப்புகளாகவும் எழுதப்பட்டவை.

சினிமா என்பது தமிழர்கள் வாழ்க்கையில் ஊடுபாவியுள்ள முக்கிய ஊடகமாக இருப்பதால் அதுகுறித்த விரிவான கட்டுரைகள் இந்தத் தொகுப்பில் இடம்பெற்றுள்ளன. 'சாதி காப்பாற்றும் சினிமா' வெறுமனே சாதி எதிர்ப்புக் கட்டுரையாக மட்டுமல்லாமல் எதார்த்தம், கருத்தியல்

என்ற இரண்டு நிலைகளையும் கணக்கில்கொண்டு எழுதப்பட்ட கட்டுரை. கலைஞர் தொலைக்காட்சியின் காலை நிகழ்ச்சியில் இந்தக் கட்டுரை குறித்து விரிவாகப் பேசியிருந்தார் தோழர். சுபவீரபாண்டியன். அவருக்கும் நன்றிகள். இணையத்தில் சினிமா குறித்து பல பதிவுகளை எழுதியிருக்கிறேன் என்றாலும் செல்வராகவனின் 'ஆயிரத்தில் ஒருவன்' கட்டுரை அளவுக்கு மற்ற கட்டுரைகள் செறிவானதாகத் தோன்றாததால் அவைகளைத் தொகுக்கவில்லை. ஆனால் சினிமா குறித்த கட்டுரைகளைக் கருத்தியல் ஆழத்தோடு எழுதி அதையே தனித் தொகுப்பாகக் கொண்டுவரவேண்டும் என்ற எண்ணமுண்டு. அஜித்குமார் என்ற உச்சநடிகரின் நாயகப் பிம்பக் கட்டமைப்பு பற்றிய கட்டுரை 'தடம்' இதழில் வெளியானபோது அது அஜித்குமார் ஆதரவுக் கட்டுரையாக சிலரால் புரிந்துகொள்ளப்பட்டு, விமர்சிக்கப்பட்டது வினோதம்தான். 'தமிழர் என்ற அரசியல் அடையாளம்' கட்டுரையின் ஒருபகுதியே 'விகடன் தடம்' இதழில் வெளியானது. அதன் விரிவாக்கப்பட்ட வடிவம் இந்தத் தொகுப்பில் இடம்பெற்றுள்ளது. அம்பேத்கர் குறித்த கட்டுரை காலத்தின் முக்கியத்துவம் கருதி பலராலும் பலத்த வரவேற்பைப் பெற்றது. இப்படி எல்லாக் கட்டுரைகளைப் பற்றியும் பேச பல விஷயங்கள் இருக்கின்றன. ஆனால் அதைப் படிப்பவர்கள் பேசுவதுதானே முறை?

இறுதியாக... பெரியார் குறித்த மூன்று கட்டுரைகள் இந்தத் தொகுப்பில் இடம்பெற்றுள்ளன. பொதுவாகப் பெரியாரின் பல்வேறு பரிமாணங்களை விளக்கும் கட்டுரைகளையும் பெரியார் மீது வைக்கப்பட்ட விமர்சனங்களுக்கான பதில்களாகவும் பல கட்டுரைகள் எழுதியிருக்கிறேன். ஆனால் இங்கே எழுதியிருக்கும் இரண்டு கட்டுரைகளில் ஒன்று பெரியாரியத்தின் போதாமைகள் மற்றும் அது சமகாலத்தில் சந்திக்கும் சவால்கள் பற்றியது. இன்னொரு கட்டுரை பெரியார் மீது நேரடியான விமர்சனங்களை முன்வைப்பது. 'பெரியாரியம் சந்திக்கும் சமகாலச் சவால்கள்' என்னும்போது தலித்திய நோக்கிலும் தமிழ்த்தேசிய நோக்கிலும் வைக்கப்படும் விமர்சனங்களையும் சேர்த்திருக்கவேண்டும். ஆனால் விடுபட்டுள்ளது. விமர்சனங்களுக்குப் பதிலாக பெரியாரை நியாயப்படுத்துவது என்பதைத் தாண்டி, விமர்சனங்களைப் பரிசீலித்து இருதரப்பிலும் உள்ள பிரச்சனைகள் குறித்து விரிவாக எழுதவேண்டும் என்ற எண்ணமிருக்கிறது. கண்டிப்பாக எழுதுவேன். பெரியாரின் அரசு ஆதரவு மற்றும் வன்முறை எதிர்ப்பு நிலைப்பாடுகள் எதிர் அரசியலில் எவ்வளவு பாதகமானவை என்பதை விளக்கியிருக்கிறேன். அந்தக் கட்டுரையில் முன்வைத்துள்ள பெரியாரின் நிலைப்பாடுகள் குறித்த

என் விமர்சனங்களில் இப்போதும் மாற்றமில்லை. ஆனால் எழுதிய காலத்தில் அதிகாரத்துக்கு எதிரான வன்முறையை ஆதரிக்கும் தொனி அந்தக் கட்டுரையில் இடம்பெற்றிருந்ததை வாசகர்கள் புரிந்துகொள்ளலாம். ஆனால் கட்டுரை எழுதிய காலத்திற்குப் பிறகு நடந்த ஈழ இறுதியுத்தம், இனப்படுகொலை, விடுதலைப்புலிகள் அமைப்பின்மீது அந்த அமைப்பில் இருந்தவர்களும் ஆதரவாளர்களும்கூட முன்வைத்த விமர்சனங்கள், புலிகள் என்றில்லாமல் எல்லா ஆயுதப் போராட்டக் குழுக்களிலும் தொடரும் முரண்பாடுகள் ஆகியவற்றைக் கணக்கிலெடுத்தால் வன்முறை குறித்து இன்னும் ஆழமாகச் சிந்திக்கவேண்டுமோ என்று தோன்றுகிறது. அதேநேரத்தில் அது தட்டையான வன்முறை எதிர்ப்பு, அகிம்சை ஆதரவு என்னும் நிலைப்பாட்டுக்கும் கொண்டுபோய்விடக் கூடாது. சிக்கல்தான். சிந்திப்போம். சிந்திப்பதைத் தவிர வேறு வழியில்லைதானே!

- சுகுணா திவாகர்

பொருளடக்கம்

சிறுபத்திரிகைச் சூழலும் மேட்டுக்குடிப் பார்வைகளும்	11
பெண் பேச்சும் மௌனமும் - புறணியிலிருந்து நெடுந்தொடர் வரை	19
தமிழர் என்ற அரசியல் அடையாளம்	24
ஜெயமோகனின் 'வெள்ளை யானை' - பரிவுணர்ச்சியின் உச்சம்	34
நூறாண்டு காணும் அம்பேத்கரின் முதல் புத்தகமும் சமகால சாதியச் சிக்கல்களும்	42
பெரியாரியம் சந்திக்கும் சமகாலச் சவால்கள்	51
ஒழுக்கம் என்பது பொதுச்சொத்தா?	56
பெரியாரின் போராட்ட முறைமைகளும் அரச ஆதரவு மற்றும் வன்முறை குறித்த கேள்விகளும்	68
ஆயிரத்தில் ஒருவன் - கனவின் மீதேறிப் பறக்கும் மாயக்கம்பளமும் போர்கள் மீதான விசாரணையும்	83
பீப் சாங்கும் தமிழ் இரட்டை மனநிலையும்	89
எம்.ஜி.ஆர், ரஜினி, அஜித் : பிம்பங்களுக்குப் பின்னால்....	94
சாதி காப்பாற்றும் சினிமா	102

சிறுபத்திரிகைச் சூழலும் மேட்டுக்குடிப் பார்வைகளும்

சிறுபத்திரிகைச் சூழலில் நிகழ்ந்த மாற்றங்கள் குறித்து அறிவதற்கு முன்னால் நவீன தமிழ் எழுத்தின் வரலாற்றையும் மாற்றங்கள் குறித்த சுருக்கமான அறிமுகத்தையும் மனங்கொள்ளலாம். அரசர்கள், கடவுளர்களை மய்யப்படுத்திய தமிழ் எழுத்து, 18ஆம் நூற்றாண்டின் இறுதியில் இருந்து சமூகத்தை மய்யப்படுத்தியதாக மாறத்தொடங்கியது. பிரிட்டிஷ் ஆட்சி, நவீனக் கல்வி, அச்சு இயந்திரத்தின் வருகை ஆகியன இவற்றுக்கான காரணங்கள். குறிப்பாக நவீனக் கல்வியினூடாக எழுந்த இந்தியத் தேசிய உணர்வு இதற்கு மிக முக்கியமான காரணம். நவீனத் தமிழ் எழுத்தின் முன்னோடியாகக் கொண்டாடப்படுகிற பாரதி ஒருபுறம் மரபுக்கவிதையில் இந்தியத் தேசியக் கருத்துகளை வலியுறுத்திக்கொண்டே வசன கவிதை என்னும் புதிய எழுத்து வடிவத்தையும் அறிமுகப்படுத்தினார். பாரதியை இலக்கிய ஆசானாக வரித்துக்கொண்ட புரட்சிக்கவிஞர் பாரதிதாசன், அதே மரபுக்கவிதைகளில் பாரதி எழுதிய உள்ளடக்கத்துக்கு நேர்மாறான உள்ளடக்கத்தை எழுதத் தொடங்கினார். ‘காதலும் வாழ்வும்’ போன்ற கவிதைகளில் புதிய வகை எழுத்துமுறைகளை அவ்வப்போது பாரதிதாசன் பரிசோதித்துப் பார்த்தாலும் பெரும்பாலும் மரபுக்கவிதைகளே அவர் எழுத்தின் பரப்பாக இருந்தது. தமிழுணர்வு, பகுத்தறிவு, சுயமரியாதை, திராவிடத் தேசியம், பெண்ணுரிமை ஆகியவற்றை உள்ளடக்கங்களாகக் கொண்ட மரபுக்கவிதைகளை எழுதினார். பாரதிதாசனை

முன்னோடியாகக் கொண்டு சுரதா, வாணிதாசன் என்று பாரதிதாசன் பரம்பரை ஒன்று தமிழில் உருவானது. பாரதியின் மரபுக்கவிதைகளை அடியொற்றி பாரதிதாசன் பரம்பரை உருவானது என்றால், பாரதி உருவாக்கிய வசன கவிதைகளை அடிப்படையாகக் கொண்ட நவீன எழுத்துமுயற்சிகளும் தமிழில் வேர்விடத் தொடங்கின. 'புதுக்கவிதையின் தந்தை' என்றழைக்கப்படும் ந.பிச்சமூர்த்தியை இதன் முன்னோடி எனலாம்.

1930களில் தொடங்கிய இந்த நவீன எழுத்துமுறை, தொடக்கத்தில் மரபுக்கவிதையைப் போல போதிய செல்வாக்கு பெறவில்லை என்றே சொல்லலாம். அரசியல் நீக்கம் செய்யப்பட்ட, நவீன வடிவத்திலான எழுத்து என்பதாக ந.பிச்சமூர்த்தியின் படைப்புகள் அமைந்தன. காலம் செல்லச் செல்ல மரபுக்கவிதைகளுக்கான காலம் முடிந்து, புதுக்கவிதை செல்வாக்கு பெறத் தொடங்கியது. அதை வேறொரு தளத்துக்கு நகர்த்திச் சென்றது வானம்பாடிகள் இயக்கம். இடதுசாரி சிந்தனை மரபை அடிப்படையாகக் கொண்ட கவிதைகள் புதுக்கவிதைகளாக வெளிப்பட்டன. அரசியல் நீக்கம் செய்யப்பட்டதாக அறிமுகப்படுத்தப்பட்ட ஓர் எழுத்துமுறையை இடதுசாரி சார்புக் கவிஞர்கள் அரசியல் கவிதைகளாக மாற்றினர். ஆனால் ஒருகட்டத்தில் வானம்பாடி இயக்கக் கவிதைகள் நுட்பமும் அழகியலும் அற்று, அரசியல் கோஷங்களாகச் சுருங்கிப் போயின. அப்போது மீண்டும் நவீன எழுத்தை அறிமுகப்படுத்திய ந.பிச்சமூர்த்தியின் மனநிலையை ஒட்டிய கவிஞர்கள் தமிழில் தோன்றத் தொடங்கினர். கவிதைகளில் அரசியல் இருக்கக்கூடாது, அழகியலே முக்கியம் என்று தூய இலக்கியக் கோட்பாட்டை முன்வைத்து படைப்புகள் எழுதத் தொடங்கினர். ஆனால் எண்பதுகளின் இறுதியில் தமிழில் தோன்றிய அரசியல் கோட்பாட்டு விமர்சன முறை, அம்பேத்கர் நூற்றாண்டு விழாவையொட்டி தமிழ் இலக்கியத்தில் நிகழ்ந்த தலித் இலக்கிய எழுச்சி, துணிச்சலான வெளிப்பாடுகளை முன்வைத்த பெண்ணெழுத்து ஆகியவை மீண்டும் நவீன இலக்கியத்தை அரசியலின் பக்கத்துக்குக் கொண்டுவந்தன. அரசியல் கவிதைகளில் அழகியல் இருக்காது என்ற வாதம் தோற்கடிக்கப்பட்டது. இது முழுமையான வரலாறு இல்லையென்றாலும் நவீன இலக்கியத்தைப் புரிந்துகொள்வதற்கான சுருக்கமான புரிதல் என்று சொல்லலாம். இதன் அடிப்படையில் நவீன இலக்கியத்தின் தொடக்ககாலத்தில் நிலவிய மேட்டுக்குடி மனப்பான்மை குறித்தும் சமஸ்கிருத ஆதிக்கம் குறித்தும் பார்ப்போம்.

நவீன இலக்கியம், சிறுபத்திரிகை என்றாலே நினைவுக்கு வருவது மணிக்கொடி காலம். ஆனால் "தமிழில் புதியவகை எழுத்துமுறை, மேற்கத்திய சிந்தனைமுறை, மொழிபெயர்ப்புகள் ஆகியவற்றை அடிப்படையாகக் கொண்ட 'நவீன' இலக்கியம் என்பது ஆரம்பித்த ஆண்டு என்று 1959அய்ச் சொல்லலாம். அப்போதுதான் சி.சு.செல்லப்பாவால் எழுத்து இதழ் தொடங்கப்பட்டது.சிறுபத்திரிகை என்கிற வகையினம் அடையாளப்படுத்தப்பட்டதும் இப்போதே எனலாம். அதற்கு முன்பே மணிக்கொடி பத்திரிகை வெளியாகியிருந்தாலும் அதைச் சிறுபத்திரிகைக் கணக்கில் சேர்க்கமுடியாது" என்கிறார் பேராசிரியர்.வீ.அரசு (சிறுபத்திரிகை அரசியல் கங்கு வெளியீடு பக் 10 11).. ஆனாலும் மணிக்கொடிக் காலத்தை நவீன எழுத்து தொடங்கிய ஆதர்சக் காலமாக பல நவீன எழுத்தாளர்கள் கருதுகின்றார்கள். நவீன எழுத்து தோன்றிய காலத்தில் அதை எழுதியவர்கள் பெரும்பாலும் பார்ப்பனர்கள், வெள்ளாளர்கள் போன்ற மேட்டுக்குடியினரே. வ.ரா, எஸ்.விசாலாஷி, ந.பிச்சமூர்த்தி, புதுமைப்பித்தன், தி.ஜானகிராமன், நகுலன், கு.ப.ராஜகோபாலன், ரா.ஸ்ரீ.தேசிகர், பி.எஸ்.ராமையா, சி.எஸ். செல்லப்பா, லா.ச.ராமாமிர்தம் ஆகியவர்களின் பெயர்களே இதற்குச் சான்று. இந்தியச் சூழலில் முதன்முதலாக உருவான நவீன கல்வி மேட்டுக்குடியினரையே சென்றடைந்தது. இந்த நவீனக் கல்வியும் ஆங்கில அறிவும் உலகச் சிந்தனைகளின் அறிமுகமும் பரந்த அளவில் மேட்டிக்குடியினரிடம் தாக்கத்தை ஏற்படுத்தியது. நவீனச் சிந்தனைகளின் விளைபொருளான தேசியம் என்னும் வடிவத்தை உள்வாங்கிக்கொண்டு, ஆனால் அதைத் தாங்கள் நம்புகிற சனாதன இந்து பார்ப்பனிய அடிப்படையில் தேசியத்தைக் கட்டமைக்க விரும்பிய மேட்டுக்குடியினர் முதல் வகை, நவீனச் சிந்தனைகளின் அடிப்படையில் இந்துச் சமூகத்தைச் சீர்திருத்த நோக்கில் பார்த்த மேட்டுக்குடியினர் இரண்டாம் வகை.

அண்ணாவால் 'அக்கிரஹாரத்து அதிசயப்பிறவி' என்று அழைக்கப்பட்ட, மணிக்கொடியில் பல மாற்றங்கள் உருவாகக் காரணமாக இருந்த வ.ரா இதில் இரண்டாம் வகை. ஒவ்வொரு தொழில் செய்பவர் குறித்து இவர் மணிக்கொடியில் எழுதி வந்த நடைச்சித்திரங்கள் முக்கியமானவை. வாத்தியார் நாணுவய்யரை மட்டும் எழுதாமல் வண்ணார நாகப்பன், அங்காடிக் கூடை லெட்சுமி, வண்டிக்கார செல்லமுத்து என உழைக்கும் எளிய சாதிகளைச் சேர்ந்தவர்கள் குறித்த நடைச்சித்திரங்களையும் எழுதினார். மேலும் இத்தகைய உழைப்புச் சாதியினரை மரியாதையாகவும் எழுதினார். நாணுவய்யர் என்றால் மரியாதையாக எழுதுவதும் வண்ணார் என்றால் ன் விகுதி

போட்டு எழுதுவதும்தான் வழக்கமாக இருந்தது. ஆனால் வ.ராவோ சலவைத் தொழிலாளி குறித்த நடைச்சித்திரத்திலும் அவர், இவர் என்றே எழுதியதோடு 'இப்படி நான் எழுதுவது கிராமத்து மிராசுதார்களுக்கும் பட்டணத்து மோட்டார் மனிதர்களுக்கும் பிடிக்காமல் போகலாம்' என்றும் எழுதுகிறார். (மணிக்கொடி இதழ்த் தொகுப்பு பக்கம் 45). 'வண்ணானுக்கு வண்ணாத்தி பேரில் ஆசை. வண்ணாத்திக்கு....' என்று தொடங்கும், சலவைத் தொழிலாளர்களை இழிவுபடுத்தும் பழமொழியைக் குறிப்பிட்டுக் கண்டிக்கிறார் வ.ரா. சில ஆண்டுகளுக்கு முன்பு 'அனேகன்' திரைப்படத்தில் இதே பழமொழி பயன்படுத்தப்பட்டு, சலவைத் தொழிலாளர்களின் எதிர்ப்புக்குப் பிறகு மாற்றப்பட்டது நினைவிருக்கலாம்.

ஆனால் இதற்கு நேர்மாறாக இருக்கும் ந.பிச்சமூர்த்தியின் எழுத்து ஒன்றைப் பார்ப்போம். 'இருளன் ஆசை' என்ற ந.பிச்சமூர்த்தியின் படைப்பு இப்படித் தொடங்குகிறது...

'இருளன் ஒரு குறப்பையன். 'லோலோ' என்று திரியும் தெரு நாய்; எச்சில் இலைக்கு வீங்கி. அவன் தாயாரோ கூடை, முறம் கட்டி ஜீவிப்பவள்.'

'இருளன் ஆசை' என்ற இந்தப் படைப்பு 'கோச் சவாரி செய்ய வேண்டும்' என்று ஆசைப்பட்டு, அது நிராசையாகிப் போன இருளன் என்ற குறவர் இனத்தைச் சேர்ந்த சிறுவனைப் பற்றிய படைப்புதான். ஆனாலும் வ.ரா வண்ணார நாகப்பரை அறிமுகப்படுத்தும் எழுத்துமுறைக்கும் ந.பிச்சமூர்த்தி இருளனை அறிமுகப்படுத்தும் எழுத்துமுறைக்கும் இடையிலான வித்தியாசம் வெளிப்படையாகவே தெரிகிறது. விளிம்புநிலை மக்கள் பற்றிய படைப்புகளும் ந.பிச்சமூர்த்தி போன்ற நவீன மேட்டுக்குடி எழுத்தாளர்களிடமிருந்து வந்திருக்கின்றன. இவற்றைச் சாதகமாக அணுகலாம் என்றாலும் மேலிருந்து கீழ்நோக்கிய, பரிதாபப் பார்வைகளாகவே அவை இருக்கின்றன. விளிம்புநிலை மக்களின் மன உணர்வுகளை முழுவதுமாக உள்வாங்கிக்கொண்ட எழுத்தாக இல்லாமல், அவர்களைப் பரிதாபத்துக்குரியவர்களாகவும் சீர்திருத்தப்பட வேண்டியவர்களாகவும் மட்டுமே பார்க்கும் பார்வையைப் பெரும்பாலான நவீன மேட்டுக்குடி எழுத்தாளர்களிடம் காணமுடிகிறது.

தொடக்ககால நவீன எழுத்து சமஸ்கிருத ஆதிக்கத்துக்கு உட்பட்டே இருந்தது. தமிழ்க் கல்வி, சங்கங்கள் என்ற தமிழுணர்வை வலியுறுத்தும் பாரதிதாசனின் இரு கவிதைகள் மணிக்கொடியில் வெளியாகியிருக்கின்றன (1933). ஆனால்

எழுதியவர் பெயர் 'பாரதிதாஸன்' என்றே இருக்கிறது என்பதிலிருந்தே சமஸ்கிருத ஆதிக்கத்தைப் புரிந்துகொள்ளலாம். அதே *1933* காலகட்டத்தில் *'மணிக்கொடி'*யில் வெளியான ந.பிச்சமூர்த்தியின் 'காதல்' கவிதை இப்படித் தொடங்குகிறது

'மாந்தோப்பு வஸந்தத்தின் பட்டாடை உடுத்திருக்கிறது.'

எஸ்.விசாலாஷி என்பவர் எழுதிய 'நந்தவனத்திலோர் ஆண்டி' என்ற கட்டுரையின் ஒரு பத்தி

> *'நாஸ்திகன் பிறவியை ஓர் ரசாயன சம்பந்தமாகவும் மரணம் அச்சம்பந்தத்தை அற்றுப்போகச் செய்வதாகவும் விவரிக்கின்றான். ஜல வாயுவும் பிராண வாயுவும் இரசாயன சம்பந்தத்தால் நீராக மாறிவிடுகின்றன. இந்த ஜலத்தில் ஒருதுளி கந்தகத் திராவகத்தைக் கலந்து அதனுள் வித்யுத் சக்தி மின்சாரத்தைப் பிரயோகித்தால் சம்பந்தம் அற்றுப் போய்ப் பழையபடி ஜலவாயுவும் பிராணவாயுவும் பிரிந்துவிடுகின்றன.'*

> *'இப்படிப்பட்ட ஒரு ஸ்ரீமான் என்னுடைய தாஸனாக, என் தாசித்திறமைக்குக் கொடுக்கப்பட்ட ஒரு நற்சாட்சிப் பத்திரமாக அகப்பட்டிருக்கும்போது, என் காலிலிருந்து உதிரும் சிறுதூளியை எடுத்துத் தன் கண்களில் ஒட்டிக்கொள்வதையே ஒரு ஸ்வர்க்கபோக அனுபவமாக மதிக்குமளவு....'*

என்று போகிறது பி.எஸ்.ராமையா எழுதிய 'கார்னிவல்' என்ற சிறுகதை (*1936*). ஒரு தாசிக்கும் பணக்காரச் சீமானுக்கும் உள்ள உறவை விவரிக்கும் இந்தக் கதை வழக்கம்போல தெருவோரப் பாலியல் தொழிலாளி குறித்த பரிதாபப் பார்வையைப் பதிவுசெய்கிறது. எழுத்தாளர்களின் பெயர்கள், படைப்புகள் ஆகியவற்றில் சமஸ்கிருத ஆதிக்கம் கொடிகட்டிப் பறந்தது என்று சொல்லலாம். இதில் உச்சம் லா.ச.ராமாமிர்தத்தின் படைப்புகள்.

முன்பே சொன்னதுபோல தேசியச் சிந்தனை, சனாதனச் சிந்தனை சீர்திருத்தச் சிந்தனை என்னும் வெவ்வேறுவிதமான உணர்வுநிலைகள் மணிக்கொடி, சக்தி, கலைமகள் போன்ற பத்திரிகைகளில் வெளியான படைப்புகளில் பிரதிபலிக்கின்றன.

'குமரி முனை இன்று திருவிதாங்கூர் சமஸ்தானத்தின் மேல்பார்வையிலிருந்து வருகின்றது. ஒரு ஹிந்து ஆட்சியின்கீழ் இந்தப் பிரதேசம் இதுவரை இருந்து வருவதால் அதன் பழமையழகும் புனிதமும் கெடாதிருக்கிறது. அந்தப் பிரதேசத்தை பிரிட்டிஷ் சர்க்கார் கேட்டுக்கொண்டிருப்பதாகவும் அந்தப்

பிரதேசத்துக்கருகில் பிரிட்டிஷ் கப்பற்படையை நிறுத்துவதாக பிரிட்டிஷ் சர்க்காரில் யோசனை இருப்பதாகவும் குமரிக்கு ரயில்பாதைகளைப் போடப் போவதாக ஓர் ஊர்வம்பு அந்தப் பிரதேசங்களில் பரவிக்கொண்டிருக்கிறது. ரயிலும் கப்பல்களும் புகையும் கரியும் சட்டைக்காரர்களும் நிறைந்தால் இந்தப் பிரதேசத்தின் புனிதம் நீடித்து நிற்குமா என்ற சந்தேகம் ஏற்படுகின்றது' என்கிறது சங்கு ஸுப்ரஹ்மணியன் என்பவர் எழுதிய 'குமரிமுனை' என்ற கட்டுரை. திருவிதாங்கூர் சமஸ்தானம் எந்தளவுக்கு சாதிய இறுக்கம் நிறைந்ததாக இருந்தது என்பதைத் தெரிந்தவர்களுக்கு இந்தக் கட்டுரையின் மனநிலையை எளிதில் கண்டுகொள்ள முடியும்.

அதேநேரத்தில் 1934 ஜூன் 25 அன்று காந்தி மீது பூனாவில் சனாதனிகளால் நடத்தப்பட்ட கொலைமுயற்சியைக் கண்டிக்கிறது 'மகாத்மா! நீ வாழ்க! வாழ்க!' என்ற கட்டுரை. (மணிக்கொடி இதழ்த் தொகுப்பு 147)

இதேகாலகட்டங்களில் தோன்றி எழுச்சி பெற்று வந்த பெரியாரின் சுயமரியாதை இயக்கம் குறித்து நேரடியாகவும் மறைமுகமாகவும் கண்டனப் பதிவுகளைத் தொடக்ககாலச் சிறுபத்திரிகைகளில் பார்க்கமுடிகிறது. 'சூனாமானா காலிகள்' என்று மணிக்கொடிச் சிறுகதைகளில் குறிப்பிடப்பட்டன. பெரியாரின் வாழ்க்கை வரலாற்று நூலான 'தமிழர் தலைவர்' நூலை எழுதியவரும், பின்னாளில் பெரியாரோடு முரண்பட்டு இந்தியத் தேசியச் சிந்தனைகளின் பக்கம் சென்றவருமான சாமி. சிதம்பரனாரின் 'இந்தி எதிர்ப்பா? வகுப்புவாதமா?' என்ற கட்டுரை வை.கோவிந்தனால் நடத்தப்பட்ட 'சக்தி' இதழில் வெளியாகியுள்ளது. 'பெரியாரும் திராவிடர் கழகத்தினரும் இந்தியை எதிர்ப்பதற்குக் காரணம் அவர்களது பிரிவினை அரசியலுக்கு வலுசேர்க்கத்தான்' என்று குற்றம் சாட்டும் சாமி சிதம்பரனார், 'எனவே மறைமலையடிகளும் ம.பொ.சியும் இந்த வலையில் விழுந்துவிடக்கூடாது' என்றும் எச்சரிக்கிறார். திராவிட நாடு கோரிக்கை குறித்து கடுமையாக விமர்சிக்கும் இந்தக் கட்டுரை, இந்தி எதிர்ப்பையும் கடுமையாக விமர்சிக்கிறது.

'சக்தி' இதழில் வெளியான ஆனந்த குமாரசாமியின் 'அன்னியர் வந்து புகலென்ன' என்ற கட்டுரை 'ஆங்கிலேயர்கள் கல்வியைப் பரப்புவது என்ற பெயரில் மதத்தைப் பரப்புகிறார்கள். ஆங்கிலக் கல்விமுறை இந்தியர்களுக்குத் தேவையில்லாத ஒன்று. இந்தியர்களின் குருகுலக் கல்விமுறையே சிறந்தது' என்று வாதிடுகிறது. 'ஹிந்துமதம்' என்ற சுப்பிரமணியசிவாவின் கட்டுரை இந்துமதம் குறித்த பிரசாரக் கட்டுரையேயாகும்.

இப்படி தொடக்ககால நவீன எழுத்துகளில் உயர்சாதியினர் நலன்களை முன்வைத்த இந்தியத் தேசிய உணர்வு, இந்துச் சனாதன உணர்வு, சமஸ்கிருத ஆதிக்கம் ஆகியவை மிகுந்திருந்ததைப் பார்க்கலாம். எழுத்து வடிவங்களில் நவீனத்தை அறிமுகப்படுத்திய படைப்பாளிகள், வைதீக மனம் கொண்டவர்களாக இருந்தது, நம் சாதியச் சமூகம் உருவாக்கிய முரண். 'சிறுகதைகளின் திருமூலர்' என்று போற்றப்படும், நவீன இலக்கியத்தின் முன்னோடியான மௌனி 'பூணூல் எனக்கு ஆண்குறியைப் போல' என்றார். இந்தியச் சாதியச் சமூகச் சூழலில் எந்தவொரு மாற்றமும் வடிவம் உள்ளடக்கம் என இரண்டிலும் நிகழவேண்டியது அவசியம்.

வானம்பாடி இலக்கிய வீழ்ச்சிக்குப் பிறகு மேற்சாதி நவீன எழுத்தாளர்கள் வெளிப்படையாகச் சனாதனக் கருத்துகளை முன்வைக்காவிட்டாலும், 'அரசியலற்ற தூய இலக்கியம்', 'அக உணர்வுகளுக்கே படைப்புகளில் முன்னுரிமை கொடுப்பது' ஆகியவற்றின் மூலம் நிலவும் சனாதனச் சூழலைக் காப்பாற்றவே செய்தனர். அ.மார்க்ஸ், எஸ்.வி.ராஜதுரை, ரவிக்குமார், தமிழவன், நாகார்ஜுனன், ராஜ் கௌதமன், பூரணச்சந்திரன் போன்ற கோட்பாட்டு விமர்சகர்களே இந்தச் சனாதன மனநிலைத் தேக்கத்தை உடைத்தெறிந்தார்கள். அமைப்பியல், பின் அமைப்பியல், பின்நவீனத்துவம் போன்ற சிந்தனைகள் தமிழில் அறிமுகப்படுத்தப்பட்டதையொட்டி மொழியின் அமைப்பு, அதிகாரம், அரசியல் குறித்த விவாதங்கள் மேலெழுந்தன. இத்தகைய கோட்பாட்டு விமர்சன முறைகளை, தூய இலக்கியத்தை முன்வைத்த அழகியல் படைப்பாளிகள் அச்சத்துடனும் எரிச்சலுடனுமே பார்த்தனர். என்றபோதும் இந்தக் கோட்பாட்டு விவாதங்களினூடாக மேட்டுக்குடியினர் மட்டுமே எழுதிக்கொண்டிருந்த நவீன இலக்கிய வெளியில் ஏராளமான பிற்படுத்தப்பட்ட தலித் இளைஞர்களும் பெண்களும் நுழையத் தொடங்கினர். பெண்ணெழுத்து, தலித் எழுத்து ஆகியவை புதிய அழகியலையும் தீவிர அரசியலையும் முன்வைத்த காத்திரமான படைப்புகளை உருவாக்கின. இவற்றினூடாக நவீன இலக்கியத்தில் நிலவிய சமஸ்கிருத ஆதிக்கம் ஒழிந்ததோடு மட்டுமல்லாது, இதுவரை எழுத்தில் பதியப்படாத ஒடுக்கப்பட்ட மக்களின் சொற்களும் இலக்கியத்தில் பதியப்பட்டன.

ஆனாலும் பொதுவாக நவீன இலக்கியத்தை அழகியல்ரீதியாக அணுகுகிறவர்கள் மத்தியில் இத்தகைய சமஸ்கிருதம் சார்ந்த மயக்கங்கள் இருக்கவே செய்கின்றன. பிரக்ஞை, வாத்ஸல்யம், விருட்சம் போன்ற வடமொழிச் சொற்கள் அதிகமும் நவீனக் கவிதைகளில் பயன்படுத்தப்பட்டன. தற்சமயம் திராவிட இயக்கக்

கருத்தியலிலும் அரசியலிலும் ஆர்வம் காட்டும் கவிஞர், தன் பெயரை மனுஷ்யபுத்திரன் என்று வைத்துக்கொண்டதற்குக்கூட வடமொழி ஆதிக்கம் நிறைந்த நவீன இலக்கியச் சூழல் காரணமாக இருந்திருக்கலாம். ஆனால் முற்றிலுமாக பிறமொழிகளைத் தவிர்ப்பது என்பதும் மொழித்தூய்மையை வலியுறுத்துவது என்பதும் பெரியாரியத்துக்கு எதிரான ஒன்றே. 'திராவிடம்' என்ற வார்த்தையே தமிழ் கிடையாது என்ற வாதத்தைப் பெரியார் ஏற்கவில்லை என்பதை இங்கு நாம் நினைவுகூரலாம். 'பிரக்ஞை' என்ற சொல் சரளமாகப் பயன்படுத்தப்படுகிறது. இதற்கு மாற்றாக உணர்வு, உணர்வுநிலை போன்ற தமிழ்ச் சொற்களைப் பயன்படுத்தினாலும் பிரக்ஞை என்னும் சொல் அளிக்கும் அர்த்தத்தின் முழுமையை உணர்வு, உணர்வுநிலை போன்ற தமிழ்ச்சொற்கள் அளிப்பதில்லை.

எனவே கூடுமானவரை தமிழ்ச்சொற்களைப் பயன்படுத்துவதும் அதேநேரத்தில் படைப்பமைதியைக் குலைக்கும் அளவுக்கு மொழித் தூய்மையை வலியுறுத்தாமல் இருப்பதும் முக்கியம்.

- பாரதிதாசனின் 125வது பிறந்தநாளை முன்னிட்டு திராவிடர் கழகம் நடத்திய 'சமஸ்கிருத ஆதிக்க எதிர்ப்பு கருத்தரங்'கில் 2016இல் ஆற்றிய உரையின் எழுத்து வடிவம்

பெண் பேச்சும் மௌனமும் - புறணியிலிருந்து நெடுந்தொடர் வரை

பெண் என்பவள் பேச்சாலும் மௌனத்தாலும் கட்டப்பட்டவள். மொழியின் வரையறுக்கப்பட்ட, அனுமதிக்கப்பட்ட எல்லைக்குள் இயங்குபவையாகவே பெரும்பாலும் பெண்பேச்சு அமைகிறது. அதுமட்டுமன்றி மொழியின் அதிகார எல்லைகளும் பெண்பேச்சால் மறு உறுதிசெய்யப்படுவதோடு மறு உற்பத்தியும் செய்யப்படுகின்றன.

உலகின் எல்லா வகையான அதிகாரக் கதையாடல்களும் மொழியின் வழியாகவே கட்டமைக்கப்படுகின்றன என்பது நாமறிந்ததே. இந்த அதிகாரக் கட்டமைப்பின் அடிப்படை அலகாகிய மொழி, தாய் என்னும் பெண்ணின் வழியாகவே குழந்தைக்கு அறிமுகப்படுத்தப்படுகிறது. தாய்மொழி என்னும் புனைவும் அரங்கேறுகிறது.

சொல்லமைப்பு, அதன்வழியாகத் தக்கவைக்கப்படும் அதிகாரம் மட்டுமல்லாது சமூகத்தின் வரையறுக்கப்பட்ட ஒழுங்குகள், (உதா : சாப்பிட வலதுகையைத்தான் பயன்படுத்த வேண்டும், எந்தப் பொருளையும் வலதுகையால்தான் வாங்கவேண்டும் ....), அதிகார நிறுவனங்களின் அறிமுகம் (கடவுள், கோயில்,...) ஆகிய அனைத்தும் தாயின் வழியாகவே அறிமுகமாகின்றன. அறிந்தும் அறியாமலும் சமூகத்தின் அதிகாரக் கட்டமைப்பைக் கட்டமைப்பதில் தனக்கிருக்கும் வகிபாத்திரம் குறித்த பிரக்ஞை இல்லாமலே ஒரு பெண்ணானவள் சுலபமாக உள்வாங்கப்படுகிறாள். இதில் முரண்நகை

சுகுணா திவாகர் ◆ 19

என்னவெனில் பெண்ணால் கட்டமைக்கப்பட்டு ஒழுங்கும் மறு உற்பத்தியும் செய்யப்படும் அதிகாரக் கட்டமைப்பு என்பது சாராம்சத்தில் அந்தப் பெண்ணுக்கே எதிரானது.

மேலும் பாலினம் (gender) என்பதும் தாய் வழியாகவே கட்டமைக்கப்படுகிறது. ஒரு ஆண்குழந்தையும் பெண்குழந்தையும் உடுத்துபவை, விளையாட வேண்டுபவை, படிக்க வேண்டியவை, புழங்க வேண்டிய சாமான்கள் என அனைத்தும் ஏற்கனவே சமூக அதிகாரத்தால் ஒழுங்கமைக்கப்பட்டு அது தாயால் மீண்டும் மீண்டும் மறு ஒழுங்கமைக்கப்படுகிறது. பாலினத்தின் தெளிவான வரையறைகளையும் வித்தியாசங்களையும் கட்டமைப்பதன்மூலம் நிலவும் சமூக இருப்பை மேலும் உறுதிசெய்கிறாள் பெண். ஒரு பெண்குழந்தையை வளர்க்கும்போது தன்னையொத்த மற்றொரு அடிமையை இந்தச் சமூகத்திற்கு உருவாக்கித்தருபவளாகவும், ஒரு ஆண்குழந்தையை வளர்த்தெடுக்கும்போது தன்னையொத்த அடிமைகளை நிர்வகிக்கிற, ஒடுக்குகிற, மேலாண்மை செய்கிற இன்னொரு ஆண் என்னும் ஆண்டானை உருவாக்கித் தருபவளாகவுமே 'தாய்' இருக்கிறாள். இத்தகைய பாலியல் ரீதியான வேறுபாடுகள் மட்டுமில்லாது சாதிய, வர்க்க, இன வேறுபாடுகளும் தொடக்கநிலையில் துல்லியமாக தாயாலேயே போதிக்கப்படுகிறது. உண்மையில் 'தாய்' வகிக்கும் பாத்திரம் இத்தகையதாகவே, இத்தன்மை வாய்ந்ததாகவே இருந்தபோதும் 'தாய்' புனித உருவாக்கப்பட்டு மீண்டும் மீண்டும் அதிகாரம் தனனைக் கட்டமைத்துக்கொள்கிறது.

மொழியின் 'மேலான' சொற்களும் 'தகாத' சொற்களும் அர்த்தம் மயங்கிய நிலையிலேயே ஒரு குழந்தைக்கு அறிமுகமாகிறது. மேலான சொற்களைக் கற்பித்த தாயைத் தாண்டிப் பொதுவெளியில் புழங்கும்போதே 'தகாத', 'கீழான' சொற்களைக் குழந்தை சமூகப்பொதுவெளியிலிருந்து கற்றுக்கொள்கிறது. என்றபோதும் இது ஆண்குழந்தைக்கு உற்சாகமளிக்குமளவிற்கு பெண்குழந்தைக்கு அளிப்பதில்லை. இத்தகைய 'தகாத' சொற்கள் பெண்ணின் மர்மப்பிரதேசங்கள் குறித்ததாகவோ அல்லது மறைக்கப்பட்ட, புலனாகாத பாலியல்வெளியைப் பற்றியதாகவோ உள்ளபோது ஆண்குழந்தை இதை ஒரு ரகசியப் பரவசத்தோடும் குறைந்தளவிலான அதிகாரத்தோடும் உள்வாங்கிக்கொள்கிறது. ஆனால் பெண்குழந்தை 'இது தனக்கு அனுமதிக்கப்பட்டதில்லை' என்னும் உணர்வோடும் ஏற்கனவே தருவிக்கப்பட்ட கருத்தியல் மதிப்பீடுகளின் அடிப்படையிலும் அதை விலக்கி வைக்கிறது. ஒருகுறிப்பிட்ட எல்லைவரை பெண்குழந்தை பெண்ணாக வளர்ந்து மனைவி, தங்கை, தாய் என்னும் பலப்பல

பாத்திரங்களை வகிக்கிறபோதும் தகாத வார்த்தைகளை விலக்கிவைப்பதன் மூலம் தனது 'கட்டமைக்கப்பட்ட புனிதத்தை'க் காத்துக்கொள்கிறது.

இன்னமும் 'கெட்டவார்த்தைகளை' மேல் மற்றும் இடைநிலை சாதி வர்க்கங்களைச் சேர்ந்த பெண்கள் அதிகம் பயன்படுத்தாதையும் அடிநிலைச் சாதி மற்றும் வர்க்கங்களைச் சேர்ந்த பெண்கள் மிகத்தாராளமாக இத்தகைய 'தகாத வார்த்தைகளை'ப் பயன்படுத்துவதையும் காணலாம். பாலுறவுச்செயற்பாடுகளின்போதுகூட ஆணளவிற்கு பாலியல் சொற்களைப் புழங்குவது பெண்ணுக்கு விலக்கப்பட்டதாகவே அமைகிறது. இவ்வாறாக பெண்பேச்சு மட்டுமல்லாது 'பெண்மௌனமும்' சமூகத்தால் தணிக்கையொழுங்கு செய்யப்படுகிறது.

என்றபோதும் தணிக்கை செய்யப்படும் அனைத்தும் மறைமுக மீறல்களைப் பற்றும் என்பது இயற்கைப் பொதுவிதியன்றோ? பெண் சமூகப் பொதுவெளியிலிருந்து தப்பித்து தனக்கான தனிவெளிகளையும் தன்னையொத்த பெண்களுக்கான சிற்சில தனிவெளிகளையும் உருவாக்கிக்கொள்ளவே செய்கிறாள். அதிலொன்றாக 'புறணி' எனப்படும் பெண்பேச்சு வடிவத்தைக் குறிப்பிடலாம்.

சுமாராக இருபதாண்டுகளுக்கு முன்புவரை கிராம மற்றும் அரைக்கிராமப் பிரதேசங்களில் மாலை மற்றும் முன்னிரவு வேளைகளில் திண்ணைகளிலிலும் தெருக்களிலும் பெண்கள் கூடித் தங்களுக்குள் உரையாடி மகிழ்வதுண்டு. இவ்வுரையாடல் பெரிதும் பிறர் சார்ந்தே புறம் சார்ந்தே அமைவதென்பது இயல்பு. இவ்வுரையாடல்களில் பெண்களின் தனிவெளிகள் குறித்த பகிர்தல் தனியானதும் அலாதியானதுமாகும்.

தங்களுக்கிடையிலான பாலியல் பகிர்வுகள், அண்டை வீட்டு ஆண் பெண்கள் குறித்த கிசுகிசுக்கள் போன்றவையாகவே அமையும். மேலும் இந்திய தமிழ்த்தொன்மங்கள் பெரிதும் பெண்களை மய்யப்படுத்தியதாகவே அமைவதால் இந்துப் பார்ப்பனீய நம்பிக்கைகளும், புராணக் கதைகளும், தாய்த்தெய்வ வழிபாடு சார்ந்த நம்பிக்கைகளும், அறிவியல் சாராத புழக்கடை நம்பிக்கைகள், கதைகள் என இவையே மிகுதியும் இடம்பெறுவதுண்டு.

மேலும் இப்பிரதியைப் படிப்பவர்கள் முப்பது வயதிற்கு மேற்பட்டவராயிருப்பின் 'தூரமானது,' 'விலக்கானது', 'செவ்வாய்க்கிழமைக் கொழுக்கட்டை', 'காப்பர்டி' போன்ற பெண்புழங்குசொற்களை அர்த்தம் மயங்கிநிலையில் முதன்முதலாக

உள்வாங்கிக்கொண்டது இத்தகைய புறணி உரையாடல்களின் வழியாகத்தான் என்பதை நினைவுகூர்வது கடினமல்ல. பெண்கள் தங்களுக்கேயான அவஸ்தைகளையும் பரவசங்களையும் பகிர்ந்து கொள்கிற அந்தரங்க உரையாடல்வெளியாகவும் ஆண்களுக்கு அப்பாற்பட்ட, ஆண்களுக்குச் சுலபத்தில் பரிச்சயமாகாத வெளியாகவும் இப்புறணிகள் அமைந்தன.

ஆனாலும் இதெல்லாம் இருபதாண்டுகளுக்கு முந்தைய கதைதான். இப்போது நீங்கள் தெருக்களில் நுழைந்தால் புறணிகளைக் காணவோ கேட்கவோ இயலாது. தெருக்கள் நிசப்தத்தைப் போர்த்தியுள்ளன. நிலப்பிரபுத்துவ வடிவந்தானெனினும் திண்ணைகள் இல்லை. இப்போது மாலைநேரங்களில் தெருக்களில் கேட்க நேர்வதெல்லாம் சத்தமான, ஒரேமாதிரியான அல்லது வெவ்வேறு அலைவரிசைகளிலிருந்து விளம்பர இடைவேளைகளின் ஒலிகள் மற்றும் மெகாசீரியல்கள் எனப்படும் நெடுந்தொடர்களின் சவால்கள் அல்லது விசும்பல்கள்.

இப்போது புறணி என்கிற வடிவம் நெடுந்தொடர்களுக்கு மாறியிருப்பதை அவதானிக்க சமூக ஆய்வாளர்கள் முயன்றால் பெண்களின் பொதுப்புத்தி கட்டமைக்கப்படும் விதம் குறித்தும் அதில் இத்தொடர்கள் ஆற்றும் பங்கு குறித்தும் சமூக உளவியல் குறித்தும் சில முடிவுகளுக்கு வரலாம்.

முதலாவதாக இத்தொடர்களில் கதாநாயகன் என்கிற பிம்பம் கீழிறக்கப்பட்டு தமிழ் சினிமா நடைமுறைகளுக்கு மாறாக கதாநாயகி, கதாநாயகிக்கு இணையான முக்கியத்துவம் வாய்ந்த பிற பெண்பாத்திரங்களுக்கு முக்கியத்துவம் அளிப்பதாகவே அமைகின்றன. திரைக்கு அப்பாலும்கூட ஆண்நடிகர்களை விடவும் பெண்நடிகர்களே அதிகம் வருமானம் ஈட்டுகின்றனர் என்பது கசியும் செய்திகள். (பெரியதிரையில் இதை நினைத்துக் கூட பார்க்கமுடியாது.)

தொடர்களின் தலைப்புகளும் பெண்மய்யப் பெயர்களே. அரசி, செல்வி போன்ற பெண் பெயர்களாகவோ, மஞ்சள் மகிமை, கோலங்கள் போன்ற பெண்புழக்கப் பெயர்களாகவோ அமைவதைக் கிரகிக்கலாம். (ஆனால் தமிழ்ச்சினிமாவிலோ எம்.ஜி.ஆர் தொடங்கி விஜய் வரையிலான முன்னணி நாயகர்களின் பெயர்களில் கொஞ்சம் கொஞ்சமாக பெண் பெயர்கள் தவிர்க்கப்பட்டு முற்ற முழுக்க ஆண்/ஆண்மய்யப் பெயர்களாகவே அமைவதைக் காணலாம். இப்போது தெய்வத்தாய், தாய் மீது ஆணை போன்ற பெயர்கள் மதுர, குசேலன் என்ற பெயர்களால் பதிலீடு செய்யப்படுகின்றன.

ஆனால் இதில் ஆச்சரியமான விசயம் வெளிப்படையாகவே ஆண்மய்யக் கருத்துக்களைப் பிரச்சாரம் செய்யும் ரஜினிக்கு நீண்டகாலத்திற்குப் பிறகு அதுவும் ஒரு படுதோல்விக்குப் பிறகு 'சந்திரமுகி' அமைந்தது.)

கதைக்கருவும் பெண்ணின் சவாலாகவோ, விசும்பலாகவோ, சூழ்ச்சியாகவோ, அதீத வெற்றியாகவோ இப்படியாகவே அதுவும் வரையறுக்கப்பட்ட ஆண்மய்ய மதிப்பீட்டெல்லைக்குள்தான் என்றாலும் அமைவதைக் காணலாம். இன்னமும் குறிப்பாய் நாம் கவனங்குவிக்க வேண்டியது பாலியல் பிறழ்வுகள் குறித்தே அதிகமும் நெடுந்தொடர்கள் அமைவதும் அது பெண்களின் கவனத்தை ஈர்ப்பதும்.

கலாச்சாரத் தூய்மை, கற்புப்பெருமிதம் போன்ற போலிப் பண்பாட்டு விழுமியங்களை ஒதுக்கிவைத்துவிட்டு அணுக வேண்டிய அம்சம் இது. மேலும் தொலைக்காட்சித் தொடர்களைத் தொடர்ச்சியாகப் பார்ப்பதற்கான, ஆராய்வதற்கான மனநிலை கொண்ட வேறுயாரேனும் இன்னும் விரிவாக எழுதினால் இன்னமும் விடுபட்ட பல புள்ளிகள் குறித்து நாம் உரையாட ஏதுவாயிருக்கும்.

தமிழர் என்ற அரசியல் அடையாளம்

மொழி அரசியல் குறித்த குரல்கள் தமிழ்ச்சூழலில் மீண்டும் மேலெழுந்துள்ளன.

'மத்திய அரசு மீண்டும் மீண்டும் சமஸ்கிருதத்தையும் இந்தியையும் திணிக்கப் பார்க்கிறது. தமிழர்களின் தனித்த அடையாளங்களை அழிக்கப்பார்க்கிறது' என்கிற குரலைத் திராவிட இயக்கத்தவர்களும் தமிழ்த்தேசியவாதிகளும் எழுப்பத் தொடங்கியிருக்கிறார்கள். இன்னொருபுறம் 'இவை அத்தனையும் அரசியல் வார்த்தைகளே. இந்தியையும் சமஸ்கிருதத்தையும் எதிர்க்கும் திராவிடக் கட்சிகளின் ஆட்சியில் தமிழ்மொழி போற்றிப் பாதுகாக்கப்படவில்லை; தமிழ்வழிக்கல்வி அழிக்கப்படுகிறது' என்கிற விமர்சனங்களும் எழுகின்றன. இந்த இரண்டு குரல்களிலும் நியாயங்கள் இல்லாமல் இல்லை.

மத்தியில் பாரதிய ஜனதா கட்சி ஆட்சிக்கு வந்ததில் இருந்தே சமஸ்கிருதத்தையும் இந்தியையும் தேசிய கலாச்சார அடையாளம் ஆக்கும் முயற்சிகளைத் தொடர்ந்து செய்துவருகிறது. ஆட்சிக்கு வந்த சிலநாட்களில் 'சி.பி.எஸ்.இ. பள்ளிகளில் சமஸ்கிருத வாரம் கொண்டாடப்படும்' என்று முதல் அறிவிப்பை வெளியிட்டது. அதற்கான முதல் எதிர்ப்புக்குரல் தமிழகத்தில் இருந்தே எழுந்தது. சுதந்திரதின உரை முதல் ஐ.நா அவையில் ஆற்றும் உரை வரை மோடி இந்தியிலேயே பேசினார். இன்றும் 'தூய்மை இந்தியா' குறித்த விளம்பரங்கள் எல்லா மாநிலத் தொலைக்காட்சிகளிலும் இந்தியில் ஒளிபரப்பப்படுகின்றன. மத்திய தொழிலாளர் நலத்துறை சார்பில் அனுப்பிய சுற்றறிக்கையில், 'மத்திய அரசின் முக்கிய தீர்மானங்கள்,

அரசாணைகள், நாடாளுமன்றத்தில் தாக்கல் செய்யப்பட வேண்டிய அறிக்கைகள், அலுவலக ஒப்பந்தங்கள், உரிமங்கள், ஏல ஒப்பந்தப் புள்ளிக் கோரல் உள்ளிட்ட அனைத்து ஆவணங்களும் இந்தியில் வெளியிடுவதை மண்டலத் தலைமை அதிகாரிகள் உறுதிப்படுத்த வேண்டும். அரசு அலுவலகங்களுக்கு வரும் கடிதங்களுக்குக் கட்டாயம் இந்தி மொழியில்தான் பதில் அனுப்ப வேண்டும். அதிகாரிகளின் பணிக்கால ஆவணங்கள் அனைத்தும் இந்தி மொழியிலேயே இருக்க வேண்டும். இந்தி பேசாத மாநிலங்களில் உயரதிகாரிகள் இந்தி கற்றுக் கொள்ள சிறப்பு வகுப்புகள் துவங்கப்படும்' என்று குறிப்பிடப்பட்டிருந்தது.

மாநிலப் பள்ளிகளில் சமஸ்கிருதத்தை கற்றுத்தர மாநில அரசுகள் முன்வர வேண்டும் என்றும், விருப்பப்பட்ட மாநிலங்களுக்கு நிதி ஒதுக்கி ஆவன செய்து தருவோம் என்றும் மத்திய மனிதவளத்துறை அமைச்சகம் அறிக்கை விட்டது. இதனடிப்படையில் அரியானா மாநிலத்தில் முதல் முதலாக சமஸ்கிருத பல்கலைக்கழகம் அமைக்க சுமார் ஆயிரம் கோடி ரூபாய் ஒதுக்கப்பட்டது. 2014-15 ஆம் ஆண்டில் அரசின் ஒரு அங்கமான சமஸ்கிருத பிரச்சார நிறுவனம் அதற்காக ஒதுக்கப்பட்ட தொகையில் ரூ.270 கோடி செலவிற்கான கணக்கை இன்றுவரை ஒப்படைக்கவில்லை என்று மாநிலங்களவையில் ஸ்மிருதி இரானி கூறினார். இருப்பினும் 201516ஆம் ஆண்டு வரவு செலவு கணக்கில் சமஸ்கிருத பிரச்சார நிறுவனத்திற்கு மேலும் 740 கோடி ரூபாய் ஒதுக்கப்பட்டது. ஐ.நா அலுவல்மொழியாக இந்தியை ஆக்க மத்திய அரசு முயற்சித்தது. அப்படி ஆக்கப்பட்டால் அதற்காக மத்திய அரசு செலவிட வேண்டிய தொகை ஆண்டுக்கு 267 கோடி.

இப்படிப் படிப்படியாகத் தொடர்ந்த அறிவிப்புகளை அடுத்து மத்திய அரசு நடத்தும் கேந்திரியா வித்யாலயா பள்ளிகளில் மூன்றாவது மொழிப்பாடமாக ஜெர்மன் இருந்தது நீக்கப்பட்டு, சமஸ்கிருதம் கொண்டுவரப்படும் என்று மத்திய மனிதவள மேம்பாட்டுத்துறை அமைச்சர் ஸ்மிருதி இரானி அறிவித்தார்.

இவையெல்லாம் சமஸ்கிருதம் என்ற தொன்மையான மொழியைப் பாதுகாப்பதற்கான நடவடிக்கைகள் என்று மட்டுமே புரிந்துகொள்ள முடியாது. ஏனெனில் சமீபத்தில் ஸ்மிருதி இரானி 'வேதிக் போர்ட்' என்ற அமைப்பு உருவாக்கப்படும் என்றும் இதன் மூலம் பள்ளி மாணவர்களுக்கு வேதக்கல்வி கற்றுத்தரப்படும் என்றும் அறிவித்திருக்கிறார். இன்னமும் சமஸ்கிருதத்தை வளர்ந்துவரும் அறிவியல் சூழலுக்கு ஏற்ப நவீனப்படுத்துவது போன்ற பணிகளில் மத்திய அரசு கவனம்

செலுத்தவோ அதற்காக நிதி ஒதுக்கவோ தயாரில்லை. சமஸ்கிருத மொழியை வளர்ப்பது என்பதையும் தாண்டி தங்கள் அரசியல் கலாச்சார அடிப்படைகளான வைதீகக் கருத்துகளைக் கல்வியின் மூலம் புகுத்துவதையே மத்திய அரசு நோக்கமாக வைத்திருக்கிறது என்பதுதான் அய்யத்தைக் கிளப்புகிறது. ஏனெனில் தமிழகத்தில் எழுந்த இந்தித் திணிப்பு எதிர்ப்பு என்பது வெறுமனே மொழியுணர்வு சார்ந்தது மட்டுமில்லை, ஏற்றத்தாழ்வுகளை வலியுறுத்தும் வைதீகக் கருத்துகளுக்கு எதிரான எதிர்ப்புணர்வும் கூடத்தான். அதனால்தான் மொழிப்போராட்டத்தை 'கலாச்சாரப் போராட்டத்தின் ஒருபகுதி' என்றார் பெரியார்.

மேலும் பல ஆண்டுகளாகவே 'தமிழைவிட சமஸ்கிருதம்தான் தொன்மையான மொழி. தமிழ்மொழியின் எழுத்துவடிவம், இலக்கண, இலக்கியங்கள் அனைத்தும் சமஸ்கிருதத்தில் இருந்தே உருவாகின' என்கிற கருத்து தொடர்ந்து பரப்பப்படுகிறது. தமிழ்நாட்டுத் தொல்லியல் துறையின் முன்னாள் இயக்குனர் நாகசாமி எழுதிய 'மிரர் ஆஃப் தமிழ் அண்ட் சமஸ்கிருதம்' என்ற நூலும் இதே கருத்தை முன்வைத்தபோது, ஆய்வாளர் பொ.வேல்சாமி அதை விரிவான ஆதாரங்களுடன் மறுத்து எழுதியிருக்கிறார். 'இரண்டாயிரம் ஆண்டுகளுக்கு முன் இந்தியாவில் குறிப்பிடும்படியாக இருந்த மொழிகள் தமிழ், பாலி, பிராகிருதம் மூன்று மட்டும்தான்' என்று குறிப்பிடும் பொ.வேல்சாமி இந்த மொழிகள் பிராமி எழுத்து வடிவத்தில் எழுதப்பட்டதைச் சுட்டிக்காட்டுகிறார். 'பிராமி எழுத்துவடிவத்தில் எழுதப்பட்ட சமஸ்கிருதக் கல்வெட்டு கி.பி. இரண்டாம் நூற்றாண்டுக்குப் பிறகுதான் கிடைக்கிறது. இதை எழுதியவர் குஜராத்தைச் சேர்ந்த அரசன் ருத்ரதாமன். ஆனால் அந்தக் கல்வெட்டின் காலத்துக்கு 500 ஆண்டுகளுக்கு முன்பே தமிழ்மொழியில் எழுதப்பட்ட பிராமி குறியீடுகள் பானை ஓடுகளிலும் மலைப்பாறைகளிலும் பெருமளவில் கண்டுபிடிக்கப்பட்டுள்ளன' என்று சுட்டிக்காட்டுகிறார். கி.பி. 5ஆம் நூற்றாண்டில் தமிழுக்கு வட்டெழுத்து என்ற எழுத்துவடிவமும் சமஸ்கிருதத்துக்கு கிரந்தம் என்ற எழுத்துவடிவமும் உருவாக்கப்பட்டன என்று சொல்லும் பொ.வேல்சாமி சமஸ்கிருதத்துக்கான எழுத்து வடிவமான கிரந்தமும் தமிழகத்தில்தான் உருவாக்கப்பட்டது என்பதையும் ஆதாரங்களுடன் விளக்குகிறார். ('வரலாறு என்ற கற்பிதம்' நூல் பக். 60-74) சமஸ்கிருதத்தைவிட தமிழ் தொன்மையான மொழி என்பதற்கும் செழுமையான மொழி என்பதற்கும் ஏராளமான ஆதாரங்கள் இருந்தாலும் ஆங்கில ஆய்வுகள்

மூலம் சமஸ்கிருதமே மீண்டும் மீண்டும் தொன்மையான மொழியாகக் கட்டமைக்கப்படுகிறது. எனவே இத்தகைய அரசியல் நோக்கங்களை எதிர்க்கக்கூடிய வரலாற்றுக்கடமை தமிழர்களுக்கு உண்டு,

அதேநேரத்தில் 'வெறுமனே சமஸ்கிருத எதிர்ப்பு, இந்தி எதிர்ப்பு பேசியவர்கள் தமிழ்வளர்ச்சிக்கும் தமிழ்வழிக்கல்விக்கும் செய்தது என்ன?' என்கிற கேள்வியும் வரலாற்றின் வெளிச்சத்தில் பரிசீலிக்கப்படவேண்டிய கேள்விதான். எம்.ஜி.ஆர் ஆட்சிக் காலத்தில் இருந்து பெருகத் தொடங்கிய மெட்ரிகுலேசன் பள்ளிகள் தமிழ்வழிக் கல்வி என்ற வடிவத்தையே அழிக்கத் தொடங்கியிருப்பதைக் கண்முன் பார்க்கிறோம். நடுத்தர வர்க்கத்துக்கும் கீழுள்ள மக்களும்கூட மெட்ரிகுலேஷன் பள்ளிகளில்தான் தங்கள் குழந்தைகளைச் சேர்க்கிறார்கள் என்பதுதான் எதார்த்தம். இது வெறுமனே மொழி சார்ந்த பிரச்சனை மட்டுமல்ல; அரசியல் பிரச்சனையும்கூட. தமிழகத்தில் நடைபெற்ற எந்த மாணவர் போராட்டங்களை வேண்டுமானாலும் எடுத்துக்கொள்வோம். இந்தித் திணிப்பு எதிர்ப்புப் போராட்டம், 80களில் நடைபெற்ற ஈழ ஆதரவுப் போராட்டங்கள், இட ஒதுக்கீடு ஆதரவுப் போராட்டம் ஆகியவற்றுக்குப் பின்னால் மாணவர் சக்தி இருந்தது. அரசியல் உணர்வுடைய இந்த மாணவர் சக்திக்கு வினையூக்கியாக இருந்தவர்கள் அரசுப்பள்ளி ஆசிரியர்களே. குறிப்பாகத் தமிழாசிரியர்கள் வகுப்பறைகளில் பாடப்புத்தகங்களைத் தாண்டி தமிழுணர்வு, பகுத்தறிவு, பொதுவுடமை ஆகியவை குறித்துப் பேசினார்கள். அரசுப்பள்ளிகளில் படித்த சென்ற தலைமுறையைச் சேர்ந்தவர்கள் இப்படிப்பட்ட ஓர் ஆசிரியரையாவது தங்கள் கல்வி வாழ்க்கையில் சந்தித்திருப்பார்கள். ஆனால் மெட்ரிகுலேஷன் பள்ளிகளில் இதைக் கற்பனைகூட செய்துபார்க்க முடியாது. குறைவான சம்பளம், குறைவான கால அவகாசத்தில் பாடத்திட்டத்தை முடிக்கவேண்டிய சூழல் ஆகிய நிர்ப்பந்தங்களால் சூழப்பட்ட ஆசிரியர்கள் எப்படி அரசியலைப் பயிற்றுவிப்பார்கள்? மேலும் அதை எப்படி ஒரு தனியார் நிர்வாகம் அனுமதிக்கும்? உலகமயச் சூழல் என்பதே அரசியல் நீக்கம் செய்யப்பட்ட, வேலை வாய்ப்பை மட்டுமே கருத்தில்கொண்ட மாணவர்களையே உற்பத்தி செய்கிறது. இதற்கு மெட்ரிகுலேஷன் பள்ளிகள் பெரிதும் உதவுகின்றன. இந்தித் திணிப்பை எதிர்த்த பாரம்பரியம் கொண்ட தமிழகத்தில் இந்த மெட்ரிகுலேஷன் பள்ளிகளில் இந்தி படிக்காமல் தப்பிக்கவே முடியாது என்பதுதான் எதார்த்தம்.

இப்போதோ அதைவிடவும் அபாயமானதொரு காலகட்டம் உருவாகியிருக்கிறது. மெட்ரிகுலேஷன் பள்ளிகளில் தங்கள் குழந்தைகளைச் சேர்ப்பதைவிடவும் சி.பி.எஸ்.இ பள்ளிகளில் சேர்க்கவே பெற்றோர்கள் விரும்புகின்றனர். ஏற்கெனவே மெட்ரிகுலேஷன் முறையில் படித்துக்கொண்டிருந்த குழந்தைகளையும் சி.பி.எஸ்.இ முறைக்கு மாற்றவும் செய்கின்றனர். தமிழக அரசு கொண்டுவந்த சமச்சீர்க்கல்விக்குப் பிறகே இத்தகைய நிலை ஏற்பட்டுள்ளது. 'அரசுப்பள்ளியில் படிக்கும் குழந்தைகளும் லட்சக்கணக்கில் செலவழித்துப் படிக்கவைக்கப்படும் எங்கள் குழந்தைகளும் ஒரே பாடத்திட்டத்தில் படிப்பதா?' என்கிற மனோபாவமே இத்தகைய முடிவை எடுப்பதற்கான முதன்மைக் காரணம். அடிப்படையில் இது மோசமான தீண்டாமை மனோபாவம். மேலும் ஒருவர் தமிழ் படிக்காமலே உயர்கல்வியை முடிக்கலாம் என்பதுதான் இப்போதைய கல்விச்சூழலாக இருக்கிறது என்பது எதார்த்தம் என்றாலும், அத்தகைய நிலை என்பது விதிவிலக்காகத்தான் இருக்கிறது. ஆனால் சி.பி.எஸ்.இ. பள்ளிகளுக்கு குழந்தைகளை மாற்றுவதன் மூலம் ஒரு தமிழ்க்குழந்தை தமிழ் படிக்காமலே உயர்கல்வியை முடிக்கும் சூழல் அதிகரிக்கும். இதற்கு வலுசேர்ப்பதாக உள்ளது 'மருத்துவக் கல்விக்கு அகில இந்திய அளவிலான நுழைவுத்தேர்வு' என்ற உச்சநீதிமன்ற அறிவிப்பு.

ஒவ்வொரு மாநிலமும் தனது கலாச்சாரத்துக்கும் தனித்துவத்துக்கும் ஏற்ப உருவாக்கப்பட்ட கல்விமுறை, வலுவிழந்துபோகும். மத்திய அரசின் சி.பி.எஸ்.இ. கல்விமுறை மூலம் படிப்பவர்களே அகில இந்திய நுழைவுத்தேர்வுகளில் வெல்லமுடியும் என்ற சூழல் உருவாகும். தொடக்கத்தில் மாநிலப் பட்டியலில் இருந்த 'கல்வி', பொதுப்பட்டியலுக்கு மாற்றப்பட்டதே அநீதி. இப்போது கூடுதல் அநீதியாக மாநில அரசுகளின் கல்விமுறை அழிக்கப்பட்டு இந்தியா முழுக்க ஒற்றைக் கல்விமுறை உருவாக்கப்படும் சூழல் உருவாகியுள்ளது. இதில் தமிழுக்கு எப்படி இடம் இருக்கும்? தமிழ் இலக்கியங்கள் என்பவை வெறுமனே அழகியல்சார்ந்தவை மட்டுமல்ல; அறம் சார்ந்த விழுமியங்களை வலியுறுத்துபவை. இத்தகைய அறம் சார்ந்த விழுமியங்களை இன்றைய கல்விமுறை எந்தளவுக்கு மாணவர்களிடம் கொண்டு சேர்த்திருக்கிறது என்பதே கேள்விக்குறியாக இருக்கும்போது, இனிமேல் உருவாகப்போகும் இந்தியா முழுமைக்குமான ஒற்றைக் கல்விமுறையில் ஒரு குழந்தை தமிழையோ தமிழ் இலக்கியங்களையோ படிக்கவேண்டிய அவசியமே கிடையாது. திருக்குறளையோ சங்க இலக்கியங்களையோ பாரதி, பாரதிதாசன் பாடல்களையோ எந்தக் குழந்தையும் படிக்கவே தேவையில்லை என்ற சூழல்

உருவாகிறது. உண்மையில் நாம் நினைப்பதைவிடவும் அபாயமான சூழல் இது.

எப்போதுமே ஆதிக்கம் என்பது தனித்துவங்களை அழித்து ஒற்றை அதிகாரத்தை நிறுவக்கூடியது. இன்றைய உலகமயச்சூழல் 'உலகமே ஒரு கிராமம்' என்ற முழக்கத்தை முன்வைத்து உலகம் முழுக்க உள்ள வெவ்வெறு இனக்குழுக்களின் தனித்துவமிக்க கலாச்சார அடையாளத்தை அழிக்கத் தொடங்குகிறது. உதாரணமாக கிரிக்கெட்டை எடுத்துக்கொள்வோம். இந்தியாவில் கிரிக்கெட் என்பதே அடையாளத்தின் அடிப்படையில் கட்டப்பட்ட வணிகம்தான். பாகிஸ்தான் எதிர்ப்பு, இந்திய தேசபக்தி என்ற அடையாளங்களின்கீழ் நடத்தப்படும் வணிகம். ஆனால் குறைந்தபட்சம் இந்திய நிலப்பரப்பைச் சேர்ந்தவர்கள் இந்திய கிரிக்கெட் அணியில் இருக்கிறார்கள் என்றாவது ஆறுதல் அடையலாம். ஆனால் ஐ.பி.எல் போட்டிகளோ நமது வட்டார தனித்துவங்களை அழிக்கும் வணிகம். நம்மை விசில்போடத் தூண்டும் 'சென்னை சூப்பர் கிங்ஸ்' அணிக்கும் தமிழர்களுக்கும் தமிழ்க் கலாச்சாரத்துக்கும், குறைந்தபட்சம் சென்னைக்கும் என்ன தொடர்பு இருக்கிறது? ஆனால் பிராந்திய அடையாளங்களைக் கொண்டு வர்த்தகம் நடத்தி, இனக்குழுக்களின் தனித்துவங்களை அழிக்கும் வர்த்தகம்தான் ஐ.பி.எல். போட்டிகள்.

இந்தி எதிர்ப்புப் போராட்டங்களையே எடுத்துக்கொள்வோம். அவை வெறுமனே மொழியுணர்வும் கலாச்சாரமும் சார்ந்த போராட்டங்கள் மட்டுமல்ல. வர்க்க உணர்வை அடிப்படையாகக் கொண்ட போராட்டங்களும்கூட. 'இந்தி படித்தால்தான் இனி வேலைவாய்ப்பு' என்று தங்கள் எதிர்காலம் கேள்விக்குள்ளாக்கப்பட்டதே மாணவர்கள் வீதிகளில் இறங்கிப் போராடக் காரணம். எப்போதுமே முதலாளித்துவம் சின்னச்சின்ன அடையாளங்களை அழித்து, விரிவான சந்தையை உருவாக்குவதில் ஆர்வம் கொண்டது. 'இந்தியை இந்தியா முழுக்கத் திணிப்பதன்மூலம் வெவ்வேறு மொழிகளில் உருவாக்கப்படும் விளம்பரச் செலவுகளைக் குறைப்பது உள்ளிட்ட உடனடி ஆதாயங்கள் மூலம் இந்தியா முழுக்க ஒரு பரந்த சந்தையை உருவாக்கிக்கொள்ளலாம்' என்று நினைத்த தேசிய முதலாளிகளும் அன்றைய இந்தித் திணிப்புக்குப் பின்னணியில் இருந்தனர். இன்றைய உலகமய முதலாளித்துவமும் கலாச்சாரத் தனித்துவங்களை அழிப்பதன்மூலம் உலகம் முழுக்க தங்கள் சந்தைகளை உருவாக்க முயல்கிறது. ஒருபுறம் 'ஒரே மொழி ; ஒரே நாடு; ஒரே கலாச்சாரம்' என்ற முழக்கத்தை முன்வைக்கும் கலாச்சார தேசியத்தின்

அடிப்படையிலான இந்திய அரசு, இன்னொருபுறம் கலாச்சாரத் தனித்துவங்களை அழிக்கும் உலகமயச் சூழல் என தமிழுக்கும் தமிழர்களின் அடையாளங்களுக்கும் நேர்ந்திருக்கும் ஆபத்து வலிமையானது.

கல்வியில் தமிழ் இல்லை. 'தமிழிலும் வழிபாடு செய்யலாம்' என்று அரசாணை இருந்தாலும் வழிபாட்டுமொழியாகத் தமிழ் இல்லை. ஓர் ஏழை விவசாயி தன் வழக்கில் என்ன நடக்கிறது என்று புரிந்துகொள்வதற்கு வழக்காடுமொழியாகத் தமிழ் இல்லை. தமிழுக்கும் தமிழர்களின் அடையாளங்களுக்கும் நேர்ந்த இந்த அவலங்களைப் புரிந்துகொள்ள வெறுமனே உணர்வு சார்ந்த அரசியல் மட்டும் போதாது. அதையும் தாண்டிய வரலாற்றுணர்வுடன் கூடிய விரிவான அரசியல் பார்வைகள் தேவை.

மேற்கண்ட நிலைமைகளைத் திராவிட இயக்கத்தின் சதியாக முன்வைத்துத் தமிழ்த்தேசிய அரசியலை முன்வைப்பவர்களோ 'தமிழர்' என்ற அடையாளத்தைப் பிற்போக்கான அம்சங்களைக் கொண்டு நிரப்புகிறார்கள். 'தமிழர்' என்ற அடையாளம் எப்போதுமே வரலாற்றில் அரசியல்சார்ந்ததாகவே இருந்திருக்கிறது. சிலப்பதிகாரம் ஒரு பௌத்தக் காப்பியம். ஆனால் அதில் 'பத்தினி வழிபாடு' முன்வைக்கப்பட்டதே வடவருக்கு எதிராகத் தமிழர் அடையாளத்தைக் கட்டமைப்பதற்கான முயற்சிதான் என்கிறார் ஆய்வாளர் தி.சு.நடராசன். தமிழில் ஐம்பெருங்காப்பியங்களும் ஐஞ்சிறுக்காப்பியங்களும் பௌத்த, சமண நூல்களே. திருக்குறள், நாலடியார் என தமிழில் உருவான நீதிநூற்களும் சமண, பௌத்த நூல்களே. ஆனால் பின்னாளில் சமணர்கள், பௌத்தர்கள், களப்பிரர்கள் ஆகியோரை எதிர்ப்பதற்காகப் பக்தி இலக்கியத்தால் 'தமிழர்' அடையாளம் முன்வைக்கப்பட்டதையும் தி.சு.நடராசன் சுட்டிக்காட்டுகிறார். தன்னைத் 'தமிழ் ஞானசம்பந்தர்' என்று அழைத்துக்கொள்ளும் ஞானசம்பந்தர் தன் எழுத்துகளில் 260 முறை 'தமிழ்' என்ற சொல்லைப் பயன்படுத்துவதைச் சுட்டிக்காட்டுகிறார். சேக்கிழார் 313 முறை 'தமிழ்' என்ற சொல்லைப் பயன்படுத்துவதையும் சுட்டுகிறார். ஏற்றத்தாழ்வை எதிர்த்து சமத்துவத்தையும் அறம் சார்ந்த வாழ்க்கையையும் வலியுறுத்திய பௌத்தத்தையும் சமணத்தையும் எதிர்ப்பதற்காக ஞானசம்பந்தரும் சேக்கிழாரும் 'தமிழ்' அடையாளத்தை வலியுறுத்தினர். ஆனால் தமிழர்களைச் சாதியரீதியாகப் பிரித்து ஏற்றத்தாழ்வை வலியுறுத்திய வைதீகத்தை இவர்கள் ஏற்றுக்கொண்டார்கள் என்பதுதான் முக்கியம்.

இதேபோல் தொடக்ககாலத்தில் வெள்ளக்கால் சுப்பிரமணியம் என்ற தமிழறிஞர் 'தமிழர்கள் என்றால் யார்?' என்ற வரையறைக்கு 'மாட்டு மாமிசம் தின்னாதார்தான் தமிழர்' என்றார். சென்னைப் பல்கலைக்கழகப் பேரகராதியோ 'பறையன் ஒழிந்த இதர சாதியான்' என்று தமிழர்களை வரையறுத்தது. பின்னி மில் போராட்டம் பற்றி எழுதிய திரு.வி.க, 'தமிழர்களைப் பறையர்கள் தாக்கினார்கள்' என்றெழுதினார். ஆனால் 'தமிழர்கள்' என்ற அடையாளத்தில் இருந்து விலக்கிவைக்கப்பட்ட பறையர்களில் இருந்து உதித்த சிந்தனையாளரான அயோத்திதாசர்தான் 'தமிழன்' என்ற இதழை 1907 முதல் 1914வரை நடத்தினார். 'திராவிடர்' என்ற கருத்தாக்கத்தை முன்வைத்து அரசியல் உரையாடலைத் தொடங்கிவைத்தவர்களும் தாழ்த்தப்பட்டவர்களே. இன்றளவும் பல்வேறு மொழிக்கலப்புகளுக்கு இடையே 'குந்திகினு இரு' என்றும் 'அந்தாண்டை, இந்தாண்டை' (அந்த அண்டை, இந்த அண்டை) என்றும் தமிழின் தொல் அடையாளங்களைத் தங்கள் பேச்சுவழக்கின் மூலம் பாதுகாத்துவருபவர்கள் சென்னைவாழ் சேரித்தமிழர்களே. அதேபோல் மற்றவர்கள் 'விரதம்' இருக்கும்போது 'நோன்பு' இருப்பவர்கள் முஸ்லீம்களே. ஆனால் திராவிட அரசியலை விமர்சித்து 'தமிழன்' என்ற அடையாளத்தை இனத்தூய்மைவாதத்தின் மூலம் கட்டமைக்க முயல்பவர்கள், தமிழகத்தில் பலநூற்றாண்டுகளாக வாழும் பிறமொழி பேசுபவர்களை 'தமிழர்' என்ற அடையாளத்தில் இருந்து விலக்கி வைக்கிறார்கள். இந்தி திணிப்பு எதிர்ப்புப் போராட்டம் முதல் ஈழ ஆதரவுப் போராட்டம் வரை பங்கெடுத்த பிறமொழி பேசும் சாதியினரை விலக்கித் 'தமிழன்' என்னும் அடையாளத்தைக் கட்டமைக்க முயல்கின்றனர். தாழ்த்தப்பட்ட மக்கள் மற்றும் முஸ்லீம்கள் பாதிக்கப்படும்போது குரல் எழுப்புவதில்லை.

'தமிழ்', 'தமிழர்' என்னும் அடையாளத்துக்கு வெவ்வேறு காலகட்டங்களில் வெவ்வேறுவிதமான அரசியல் நோக்கங்கள் இருந்தன. ஆனால் 18ஆம் நூற்றாண்டின் இறுதியிலும் 19ம் நூற்றாண்டின் தொடக்கத்திலும் 'தமிழர்' என்னும் அடையாளத்தைச் சாதி எதிர்ப்பு, சமத்துவம், பௌத்தம் ஆகிய அடையாளங்களோடு இணைத்து முன்வைத்தவர் அயோத்திதாசர். 1881ல் நடைபெற்ற முதல் மக்கள்தொகைக் கணக்கெடுப்பில் பறையர்கள் தங்களைப் பூர்வத்தமிழர்கள் என்று பதியவேண்டும் என்று வேண்டுகோள் விடுத்தார். தமிழர், திராவிடர் என்ற அடையாளத்தை சாதி எதிர்ப்பு, சமத்துவம், பெண் விடுதலை, பொதுவுடமை ஆகிய கருத்தாக்கங்களோடு

இணைத்து விரிவுபடுத்தி அரசியலை முன்வைத்தவர் பெரியார். ஆனால் இப்போது பிறமொழியினரை விலக்கி 'தமிழர்' அடையாளத்தை உருவாக்க முனைபவர்களோ திராவிட இயக்கம் முன்வைத்த முற்போக்கு அம்சங்களையும் கைவிடுகின்றனர். 'சேரி' என்றால் சேர்ந்துவாழும் இடம் என்றுதான் அர்த்தம். தாழ்த்தப்பட்டவர்கள் வாழும் இடம் மட்டும் சேரி என்று குறிப்பிடப்படவில்லை. வெளிநாட்டில் இருந்து வணிகம் செய்ய வந்த யவனர்கள் வாழும் இடமும் 'யவனச்சேரி' என்று தமிழ் இலக்கியங்களில் குறிப்பிடப்படுகிறது. சேர்ந்துவாழ்வதற்காக உருவான 'சேரி'யோ ஆதிக்கச்சாதிகள் தாழ்த்தப்பட்ட மக்களோடு சேர்ந்துவாழாமல் இருக்கவும் பிரித்துவைக்கவும் உருவாக்கிய வாழ்விடமாக மாற்றப்பட்டது. 'தமிழர்' அடையாளத்தை முன்வைத்து அரசியலை முன்வைப்பவர்கள் இத்தகைய சேரித்தமிழர்கள் குறித்தோ சாதிய முரண்பாடுகள் குறித்தோ கவலைப்படுவதில்லை. அதேபோல் 'தமிழன்' என்ற அடையாளத்தில் தமிழ்ப்பெண்களுக்கு என்ன இடமிருக்கிறது என்பதையும் யோசிக்க வேண்டும்.

சமீபகாலங்களில் நாம் பார்க்கும் நல்ல அம்சம், சமூகத்தில் புறக்கணிக்கப்பட்டவர்களுக்கு என்று புதிய அடையாளச் சொற்கள் உருவானது. மிக மோசமாக இழிவுபடுத்தப்பட்ட, புறக்கணிக்கப்பட்டவர்கள் அரவாணிகள் என்றும் திருநங்கைகள் என்றும் புதிய அடையாளச் சொற்களை உருவாக்கிக்கொண்டார்கள். உடல் ஊனமுற்றவர்கள் என்று அழைக்கப்பட்டவர்கள் 'மாற்றுத்திறனாளிகள்' என்று அழைக்கப்படுகிறார்கள். ஆனால் இன்னமும் பெண்களுக்கு நீதி சேர்க்கும்வகையில் நாம் பால்சாராத சொற்களை உருவாக்கவேண்டியிருக்கிறது. 'தமிழன்' என்ற அடையாளமே ஆண்மைய அடையாளம்தான். "தமிழன் ஏன் அடிமைப்பட்டுக் கிடக்கிறான்" என்று மீண்டும் மீண்டும் நாம் ஆண்களை முன்னிறுத்தியே பேசத் தொடங்குகிறோம். நமது மொழியே, நமது வார்த்தைகளே ஆண் மைய மொழியாகவும் ஆண் மைய வார்த்தைகளாகவுமே இருக்கிறது.

மொழியில் ஆணாதிக்கத்துக்கு எதிரான போராட்டம் நீண்ட நெடியது. 'கற்பழிப்பு' என்ற வார்த்தை பெண்களை இழிவுபடுத்துகிறது என்று 'பாலியல் பலாத்காரம்', 'பாலியல் வன்முறை', 'பாலியல் வல்லுறவு' என்றெல்லாம் குறிக்கத் தொடங்கினோம். 'விபச்சாரி' என்ற வார்த்தை பெண்களை மட்டும்தான் குறிக்கிறது, இழிவுபடுத்துகிறது என்பதற்காக 'பாலியல் தொழிலாளர்' என்ற வார்த்தையை உருவாக்கிப் புழக்கத்துக்குக் கொண்டுவந்தோம். ஆனால், யோசித்துப் பார்த்தால் அதுவும் பாலியல் தொழிலில் ஈடுபடும் அந்தப்

பெண்ணைக் குறிக்கத்தான் பயன்படுகிறதே தவிர, பாலியல் நாட்டத்தோடு அந்தப் பெண்ணிடம் வரும், பாலுறவு கொள்ளும் ஆணைக் குறிப்பதற்கு என்ன வார்த்தை இருக்கிறது நம்மிடம்? அந்தப் பெண்ணைப் பாலியல் தொழிலாளி என்றால் பாலுறவு கொள்ள வரும் ஆணைப் பாலியல் முதலாளி என்று சொல்ல முடியுமா என்ன? தமிழகத்தில் அடிக்கடி நினைவுகூரப்படும் சுவையான சம்பவம் ஒன்று உண்டு. ஒரு கவியரங்கத்தில் ''விதவை என்ற வார்த்தைக்குக்கூட பொட்டு இல்லையே'' என்று கவிதை வாசித்தாராம் கவிஞர் ஒருவர். கவியரங்கத் தலைமை தாங்கிய கருணாநிதி ''விதவை என்பது வடமொழி வார்த்தை. 'கைம்பெண்' என்று தமிழில் அழைத்துப் பாருங்கள். ஒன்றுக்குப் பதிலாக இரண்டு பொட்டுகள் கிடைக்கும்'' என்றாராம். கருணாநியின் மொழி லாவகத்தைக் குறிப்பதற்காக அடிக்கடி சிலாகிக்கப்படும் சம்பவம் இது. சரி, இந்த மொழி விளையாட்டால் என்ன நடந்தது? கணவனை இழந்த பெண்ணுக்கு விதவை, கைம்பெண் என்ற இரண்டு வார்த்தைகள் கிடைத்தன. மனைவியை இழந்த கணவனைக் குறிப்பிடுவதற்கு என்ன வார்த்தை இருக்கிறது தமிழில்?

விதவை, விபச்சாரி, அபலை, வாழாவெட்டி ஆகிய வார்த்தைகளுக்கு ஆண்பால் வார்த்தைகள் இல்லை. கலைஞன், ஓவியன், எழுத்தாளன், வாக்காளன் ஆகியவற்றுக்குப் பெண்பால் வார்த்தைகள் இல்லை. நமது மொழியே ஆண்களுக்கான மொழிதானா? நமது கடவுள் நம்பிக்கையையே எடுத்துக்கொள்வோம். ஆதியில் இருந்தே தாய்த் தெய்வ வழிபாடு, அம்மன் வழிபாடு, சக்தி வழிபாடு எல்லாம் இருந்து வந்தாலும் பொதுவாகக் கடவுளைக் குறிப்பிட வேண்டுமானால் 'கடவுள் இருக்கான்' என்கிறோம். 'எல்லாத்தையும் மேலே இருக்கிறவன் பார்த்துக்குவான்', 'அவன் மேலே பாரத்தைப் போட்டுட்டு வேலையைப் பார்ப்போம்', 'அவனன்றி ஓர் அணுவும் அசையாது' என்று எல்லாமே 'அவன்'தான். 'கடவுள்'கூட ஆணாகத்தான் இருப்பார் என்பதில்தான் நமக்கு எவ்வளவு அசைக்கமுடியாத நம்பிக்கை. நமது 'தமிழர்' அடையாள அரசியலும்கூட முப்பாட்டனை அடிப்படையாக வைத்துத்தான் கட்டப்படுகிறதே தவிர, முப்பாட்டிகளுக்கு இடமில்லை.

மாறாகப் பெண்களையும் திருநங்கைகளையும் தாழ்த்தப் பட்டவர்களையும் மொழிச்சிறுபான்மையினரையும் இனச்சிறுபான்மையினரையும் உள்ளடக்கும்வகையில் 'தமிழர்' அடையாளம் விரிவுபடுத்தப்பட வேண்டும். தமிழர்கள் தங்கள் தனித்துவக் கலாச்சார அடையாளங்களைப் பாதுகாப்பதற்காகப் போராடுவதும் சமத்துவமும் அறமும் சார்ந்த அரசியல் அடையாளங்களை உருவாக்குவதும் வரலாற்றுத் தேவையாகும்.

ஜெயமோகனின் 'வெள்ளை யானை' - பரிவுணர்ச்சியின் உச்சம்

'வெள்ளை யானை' நாவலைப் படிப்பதற்கு முன் ஜெயமோகனின் முன்னுரையைப் படித்தது என் தவறுதான். அந்த முன்னுரையைப் படித்து முடித்தபிறகு, பக்கச்சார்பான அரசியல் தீர்ப்பெழுதும் அந்த முன்னுரை, நாவல் குறித்த முன் தீர்மானத்தை உருவாக்கிவிடும் என்ற பயம் எழுந்தது. முன்னுரையில் ஜெயமோகன் சொல்லியிருக்கும் விஷயத்தின் சாராம்சம் இதுதான் :

1921ஆம் ஆண்டில் சென்னை பின்னி மில் வேலை நிறுத்தம் அறிவிக்கப்படுகிறது. அதுதான் இந்தியாவின் முதல் தொழிற்சங்க வேலைப்போராட்டம் என்று கருதப்படுகிறது. அந்தப் போராட்டத்தை காங்கிரஸ், நீதிக்கட்சி, இடதுசாரிகள் ஆதரிக்க, தலித் தலைவரான எம்.சி.ராஜாவோ, "தலித் தொழிலாளர்கள் அந்தப் போராட்டத்தில் கலந்துகொள்ளக்கூடாது" என்று வேண்டுகோள் விடுத்தார். அதைத் தொடர்ந்து வேலைக்குப் போன தலித் தொழிலாளர்களை மற்ற தொழிலாளர்கள் தடுத்து நிறுத்த, மோதல் வெடித்தது. 'புளியந்தோப்பு கலவரம்' என்றழைக்கப்பட்ட அந்தத் தாக்குதலில் தலித் மக்கள் பெருவாரியாக வாழ்ந்த புளியந்தோப்புப் பகுதி குடிசைகளுக்குத் தீ வைக்கப்பட்டது. ஏராளமானவர்கள் இறந்தார்கள். இதைப் பற்றி திரு.வி.க. தன் சுயசரிதையில் குறிப்பிடுகிறார். 'தலித்துகள் சென்னையின் மய்யப்பகுதியில் குடியிருப்பதுதான் கலவரத்துக்குக் காரணம்' என்று கருதிய நீதிக்கட்சி சென்னையின் புறநகர்ப்பகுதிகளில் தலித் மக்களைக் குடியேற்றியது.

'புளியந்தோப்பு தலித் குடியிருப்பு முழுமையாகவே காலி செய்யப்பட்டது. அங்கே முஸ்லீம்களைக் குடியேற்றுவது வழியாக இது நிகழ்த்தப்பட்டது. இன்று அது ஒரு முஸ்லிம் குடியிருப்பு' என்கிறார் ஜெயமோகன். ஏன் தலித்துகள் இந்தப் போராட்டத்தைப் புறக்கணித்தார்கள் என்கிற கேள்வியில் இருந்துதான் 'வெள்ளை யானை' நாவலுக்கான புள்ளி தொடங்குகிறது. தலித் அறிஞரும் தொடர்ச்சியாக திராவிடர் இயக்கத்தைத் தலித் மக்களுக்கு எதிர்நிலையில் நிறுத்தி விமர்சித்து வந்தவருமான அன்பு பொன்னோவியத்துடனான ஜெயமோகனின் உரையாடல்தான் இந்த நாவலுக்கான விதை. "1878ல் சென்னை ஐஸ் ஹவுஸில் நடந்த வேலை நிறுத்தம்தான் முதல் தொழிலாளர் வேலை நிறுத்தம். அதை மேற்கொண்டது தலித்துகள். ஆனால் அது இடைநிலைச் சாதி கங்காணிகளாலும் பிரிட்டிஷ் ஆட்சியாளர்களாலும் முறியடிக்கப்பட்டது. அதைப்பற்றி திரு.வி.க. ஓரிரு வரிகள் எழுதியிருக்கிறார்" என்று ஜெயமோகனிடம் சொன்ன அன்பு பொன்னோவியம், அதற்கான ஆவணங்களைத் தேடுவதாகவும் சொல்லியிருக்கிறார். அந்த ஐஸ் ஹவுஸ் போராட்டத்தில் ஏற்பட்ட கசப்பான அனுபவங்களின் அடிப்படையில்தான் பின்னி ஆலை வேலைநிறுத்தத்தைத் தலித்துகள் புறக்கணித்தார்கள் என்பது அன்பு பொன்னோவியத்தின் அனுமானம். மேலும் ஐஸ் ஹவுஸ் போராட்டத்தில் அயோத்திதாசப் பண்டிதரின் பங்களிப்பு இருந்திருக்கலாம் என்பதும் அவரது அனுமானம். இது ஜெயமோகன் முன்னுரையில் குறிப்பிட்டிருப்பது.

முதலில் ஒன்றைப் புரிந்துகொள்ளவேண்டும். நீதிக்கட்சி என்பது முற்றுமுழுதான முற்போக்கு விழுமியங்களைக் கொண்ட கட்சி அல்ல. ஆங்கிலேய ஆட்சிக்காலத்தில் பார்ப்பனர்கள் வேலை வாய்ப்புகளிலும் அதிகார மய்யங்களிலும் பெற்றிருந்த அதிகப்படியான வாய்ப்புகளுக்கு எதிராக எழுந்த ஒரு கட்சி. பார்ப்பனர்களைப் போலவே பார்ப்பனரல்லாதோருக்கும் பிரதிநிதித்துவம் வேண்டும் என்பதையே முக்கியக் கோரிக்கையாகக் கொண்ட கட்சி. கட்சியின் தலைமையில் இருந்தவர்களில் பெரும்பாலானோர் மேட்டுக்குடி பணக்காரர்கள். எம்.சி.ராஜா, சிவராஜ் போன்ற தலித் தலைவர்களும் இருந்தார்கள். திரு.வி.க.வின் பின்னி ஆலை வேலை நிறுத்தம் குறித்த குறிப்புகளை அடிப்படையாகக் கொண்டு திராவிடர் இயக்கத்தின் மீது இதற்கு முன்பும் கடுமையான விமர்சனங்கள் வைக்கப்பட்டிருக்கின்றன. பார்ப்பனரல்லாதார் இயக்கத்துக்கு ஏற்பட்ட செல்வாக்கு அன்றைய காங்கிரஸிலும் பிரதிபலித்தது. காங்கிரஸும் தன்னை முற்றுமுழுதான பார்ப்பனக் கட்சி

அல்ல, பார்ப்பனரல்லாதார் நலன்கள் குறித்து தங்களுக்கும் அக்கறை உள்ளது என்று காட்டிக்கொள்ளவேண்டிய நிர்ப்பந்தம் ஏற்பட்டது. நீதிக்கட்சிக்குப் போட்டியாக காங்கிரஸ் ஆதரவில் 'சென்னை மாகாண சங்கம்' என்ற பார்ப்பனரல்லாதார் சங்கம் ஒன்றும் ஆரம்பிக்கப்பட்டது. அந்த சங்கத்தின் முக்கியமான மூன்று தலைவர்கள் ஈ.வெ.ரா.பெரியார், வரதராஜுலு (நாயுடு) மற்றும் திரு.வி.க. பல காங்கிரஸ் கூட்டங்களில் இவர்கள் மூவரும் பேசியபிறகுதான் ராஜாஜி பேசுவார் என்று பெரியார் ஒரு நேர்காணலில் குறிப்பிடுகிறார். ஒருகட்டத்தில் காங்கிரஸ் முற்றுமுழுதான பார்ப்பனர் கட்சி என்ற முடிவுக்கு பெரியாரும் வரதராஜுலுவும் வந்து சேர்கிறார்கள். சேரன்மாதேவி குருகுலப் போராட்டம், வகுப்புவாரிப் பிரதிநிதித்துவம் குறித்து பெரியார் கொண்டு வந்த தீர்மானம் தொடர்ச்சியாக காங்கிரஸ் மாநாடுகளில் தோற்கடிக்கப்பட்டது அவர்களை இந்த முடிவுக்குக் கொண்டுவந்தது. காங்கிரஸ் மாநாடுகளிலேயே பார்ப்பனர்களுக்கும் பார்ப்பனரல்லாதாருக்கும் தனித்தனி சமையல் நடந்தது என்றால் காங்கிரஸில் பார்ப்பன ஆதிக்கம் எந்தளவுக்கு வெளிப்படையாக இருந்தது என்பதைப் புரிந்துகொள்ளலாம்.

கடைசியாக காஞ்சிபுரத்தில் நடந்த காங்கிரஸ் மாநாட்டில் பெரியாரின் வகுப்புவாரி பிரதிநிதித்துவத் தீர்மானம் விவாதத்துக்கே எடுத்துக்கொள்ளப்படாதபோதுதான் பெரியார் காங்கிரஸை விட்டு வெளியேறுகிறார். அந்த காஞ்சிபுரம் மாநாட்டின் தலைவராக இருந்தவர் திரு.வி.க. பெரியார், வரதராஜுலுவைப் போல காங்கிரஸ் பார்ப்பனரல்லாதார் நலன்களைப் புறக்கணிக்கிறது என்பதைத் திரு.வி.க. புரிந்துகொண்டாலும் தொடர்ந்து அவர் காங்கிரஸ்காரராகவே நீடித்தார். காந்தியின் தலைமை மற்றும் தேசிய விடுதலைப் போராட்டம் ஆகியவற்றின் மீது அவருக்கிருந்த நம்பிக்கை அதற்குக் காரணமாக இருந்திருக்கலாம். தொடர்ச்சியான நீதிக்கட்சி எதிர்ப்பாளராக இருந்த திரு.வி.க.வின் பின்னி வேலை நிறுத்தம் குறித்த குறிப்புகளில் இந்தப் பக்கச்சார்புகள் பிரதிபலித்திருக்க வாய்ப்புகள் உண்டு. ஏனெனில் நீதிக்கட்சியின் ஆட்சியே ஒட்டுமொத்தமாகத் தலித் விரோத ஆட்சி என்று சொல்லிவிடமுடியாது. 'பஞ்சமர்கள் பேருந்துகளில் அனுமதிக்கப்படமாட்டார்கள்' என்றே அக்காலத்தில் பயணச்சீட்டுகளில் அச்சடிக்கப்பட்டிருந்தது. அப்படிப் பயணச்சீட்டுகளை வினியோகிக்கும் பேருந்துகளின் உரிமம் ரத்து செய்யப்படும் என்று அரசாணை கொண்டுவந்தது நீதிக்கட்சி ஆட்சிதான்.

இத்தனையும் சொல்வதற்குக் காரணம் நீதிக்கட்சி குறைகளற்ற முற்போக்குக் கட்சி என்று நிறுவுவதற்கோ தலித்துகளை வெளியேற்றிய நீதிக்கட்சியின் செயல்பாடுகளை நியாயப்படுத்துவதற்கோ அல்ல. வரலாற்றில் தனக்குத் தேவையான சம்பவங்களைப் பிய்த்தெடுத்து, தோதான தீர்ப்பு எழுதுவது சரியானதுதானா என்று பரிசீலனை கோருவதற்குத்தான். மேலும் நீதிக்கட்சி வெளிப்படையாகவே பிரிட்டிஷ் ஆட்சியை ஆதரித்த கட்சி. அது ஏன் பிரிட்டிஷாரைப் பகைத்துக்கொண்டு தொழிலாளர் வேலை நிறுத்தத்தை ஆதரிக்க வேண்டும், தலித்துகளுக்கு எதிரான செயல்பாடுகளை மேற்கொள்ள வேண்டும் என்றெல்லாம் கேள்விகள் எழுகின்றன. இதற்கு திரு.வி.க.வின் சில குறிப்புகளை மட்டும் வைத்து முடிவுக்கு வராமல் மேலும் பல தரவுகளைச் சேகரித்து விரிவாக ஆராய வேண்டும். ஜெயமோகனே தன் முன்னுரையில் "நீதிக்கட்சியினர் உறுதியான பிரிட்டிஷ் ஆதரவாளர்கள் என்பதையும் எம்.சி.ராஜாவேகூட நீதிக்கட்சியில் பணியாற்றியவர் என்பதையும் கருத்தில் கொண்டால் பல குழப்பங்கள் வருகின்றன" என்கிறார். இப்படி பல 'குழப்பங்களுக்கு' இடையே அவர் ஒரு 'தெளிவான' முடிவுக்கு வருவதுதான் ஆச்சர்யம். அந்த முடிவு :

"தலித் அரசியலும் தமிழ்த்தேசியம் அல்லது திராவிடத் தேசிய அரசியலும் கொள்ளும் முரண்பாடு அதன் ஆரம்பப்புள்ளியிலேயே இவ்வாறு வலுவாக வெளிப்பட்டுவிட்டபோதிலும்...." என்பது.

முதலில் நீதிக்கட்சி தமிழ்த் தேசியக் கட்சி அல்ல. அன்றைய சென்னை மாகாண நிலையைப் பிரதிபலிப்பதுபோல மலையாளிகள், தெலுங்கர்கள், கன்னடர்கள், தமிழர்கள் நிறைந்திருந்த கட்சி. திராவிட அடையாளம் என்பதும் நீதிக்கட்சிக்கு முன்பே உருவான ஒன்று. அத்தகைய அடையாளத்தை முன்வைத்தவர்களும் தலித்துகளே. இந்த வாக்கியமே அடிப்படையில் பிழையானது. எனக்கு இங்கே இன்னொரு முக்கியமான கேள்வி எழுந்தது. ஒரு தொழிலாளர் போராட்டம் முதன்முறையாக உருவாகும்போது எந்த அதிகாரமும் அற்ற தலித்துகள் அந்தப் போராட்டத்தில் பங்கேற்பதுதான் இயல்பு. ஒரு நிறுவனமயப்பட்ட தொழிற்சங்கத்தின் வேலைநிறுத்தப்போராட்டத்திலிருந்து ஏன் தலித்துகள் விலகிப்போனார்கள் என்பதுதான் வரலாற்றில் மிக முக்கியமான புள்ளி. வர்க்க அடையாளமும் சாதி அடையாளமும் முரண்படுகிற புள்ளியில் இருந்துதான் இந்த வரலாற்றாய்வு தொடங்கியிருக்க வேண்டும். ஆனால் அது ஏன் நீதிக்கட்சி எதிர்ப்புப் புள்ளியிலிருந்து தொடங்குகிறது? ஜெயமோகனின் 'வெள்ளை யானை' நாவலைக் கொண்டாடுகிற தலித் அறிவுஜீவிகள் மற்றும் எழுத்தாளர்களில் பெரும்பாலானோர்

திராவிட அரசியலையும் பெரியாரியக்கத்தையும் தலித் அரசியலுக்கு எதிர்நிலையில் இருந்து விமர்சிப்பவர்கள். அதற்கான ஒரு அரசியல் வசதியாகத்தான் இந்த நாவல் கொண்டாடப்படுகிறது என்பதுதான் சூட்சுமம்.

எம்.சி.ராஜாவும் தலித் தொழிலாளர்களும் பின்னி வேலை நிறுத்தப் போராட்டத்திலிருந்து ஏன் விலகினார்கள் என்பதற்கான விரிவான ஆய்வுகள் மேற்கொள்ளப்படவேண்டும். 1878ல் நடந்த ஐஸ் ஹவுஸ் வேலை நிறுத்தப்போராட்டத்தில் தலித்துகளுக்கு ஏற்பட்ட கசப்பான அனுபவம்தான் இதற்குக் காரணம் என்பது அன்பு பொன்னோவியத்தின் அனுமானம். அவ்வளவே. அதேபோல் அயோத்திதாசர் இந்தப் போராட்டத்தில் நேரடியாகவோ மறைமுகமாகவோ ஈடுபட்டார் என்பதற்கும் எந்தத் தரவுகளுமில்லை. இதுவும் அன்பு பொன்னோவியத்தின் இன்னொரு அனுமானம். எனவே ‘வெள்ளை யானை’யை ஒரு வரலாற்று நாவல் என்று சொல்வதைவிட, அனுமானங்களின் மீது எழுப்பப்பட்ட வரலாற்றுப் புனைவு என்று சொல்லலாம். ஆனால் அனுமானங்களின் அடிப்படையில் ஒரு வரலாற்றுப் புனைவு எழுதுவது தவறு கிடையாது. ஏனெனில் வரலாற்றெழுதியலில் அனுமானங்களின் பங்கும் கணிசமானவை. இந்த நிலைகளை ஏற்றுக்கொண்டு ‘வெள்ளை யானை’யை மதிப்பிடலாம். ஆனால் முன்னுரையில் பின்னி வேலை நிறுத்தம், நீதிக்கட்சி குறித்தெல்லாம் ஜெயமோகன் எழுதியிருக்கிறாரே தவிர, நாவல் அதைப்பற்றியது அல்ல. அது பஞ்சம் மற்றும் ஐஸ் ஹஸ் வேலை நிறுத்தத்தைப் பற்றியது. மேலும் முன்னுரையின் அடிப்படையில் நாவலை மதிப்பிடுவதோ முன் தீர்மானத்தோடு ஒரு நாவலை அணுகுவதோ வாசிப்பு அறம் அல்ல என்ற புரிதலோடு நாவலைப் படிக்கத் தொடங்கினேன்.

உண்மையில் நாவலின் முதல் அய்ம்பது பக்கங்கள் அப்படியே வாசகர்களை வாரிச் சுருட்டி உள்ளிழுத்துக்கொள்கின்றன. ஏய்டனின் பாத்திரப் படைப்பு மிகச்சிறப்பாக உருவாக்கப்பட்டிருக்கிறது. அயர்லாந்து கீழ்நடுத்தர வர்க்கத்தைச் சேர்ந்தவனாக, அதேநேரம் பிரிட்டிஷ் இந்தியாவில் தன் பின்னணியை மறைத்துக்கொள்ளும் வசதி கொண்ட ராணுவ உயரதிகாரியாக, இந்தியச் சாதியமைப்பின் புதிர்களை விளங்கிக்கொள்ள முடியாதவனாக, அது எல்லா அதிகாரங்களுக்கும் மேலாக இருப்பதைக் கண்டு மிரள்பவனாக, ஷெல்லியின் எழுத்துகளில் தோய்ந்துபோகிற கவித்துவ உள்ளத்தினனாக, ஏழைகளுக்கு இரங்கும் அதே நேரத்தில் சாரட்டில் இருந்து கீழே இறங்குவதற்கு ஓர் ஏழையின் முதுகைப் பயன்படுத்துவதில் உறுத்தல் இல்லாதவனாக,

மரிஸாவிடம் காதலும் அதிகாரமும் பிரதிபலிப்பவனாக..... என பன்மைத்துவம் கொண்ட மிகச்சிறந்த பாத்திரமாக ஏய்டனை ஜெயமோகன் உருவாக்கியிருக்கிறார். ஏய்டனின் மனவோட்டங்களும் கூட மிகச்சிறப்பாக எழுதப்பட்டிருக்கிறது. ஏய்டனின் அயர்லாந்து வாழ்க்கை குறித்த சித்தரிப்புகள், ஒரு மொழிபெயர்க்கப்பட்ட செவ்வியல் நாவலைப் படிக்கும் உணர்வைத் தந்தது. அயர்லாந்திலிருந்து விடைபெறும் முன்பு, ஏய்டனுக்கும் அவனது தந்தைக்குமான கணங்கள் கவித்துவமானவை.

'ஆழமான பெருமூச்சு விட்டாலும் மனத்தின் எடை குறையவில்லை' என்ற வரியைப் படித்ததும் புத்தகத்தை மூடிவைத்துவிட்டு, சில நிமிடங்கள் அந்த வரியைப் பற்றி யோசித்துக்கொண்டிருந்தேன். அந்த வரி என்னை ரொம்பவே பாதித்தது. நாவலின் பல பக்கங்களில் உள்ள ஏய்டனின் மனவோட்டம், புத்தகத்துக்குள்ளிருந்து இரண்டு கண்கள் நம்மை உற்றுப்பார்ப்பதைப் போன்ற உணர்வைத் தந்தன. அப்படியொரு கச்சிதமான பிரதிபலிப்பாக இருந்தது. அயர்லாந்து வாழ்க்கை, பலரும் குறிப்பிடுவதைப் போல செங்கல்பட்டுக்குச் செல்லும் வழியில் பஞ்சத்தைப் பற்றிய சித்தரிப்புகள், வானத்தில் பறக்கும் பறவைகளைப் பார்க்கும்போது பஞ் சத்தில் இறந்துகொண்டிருப்பவர்கள் நினைவுக்கு வரும் காட்சி ஆகியன குறிப்பிடத்தக்கன. அதேபோல் நாவலின் கடைசி அத்தியாயமும் என்னை வெகுவாகக் கவர்ந்தது. குறிப்பாக டாக்டர். சிம்ஸன் பாத்திரம். ஒருவேளை வெள்ளை யானையின் அடுத்த பாகத்தை ஜெயமோகன் எழுதுவதாக இருந்தால் சிம்ஸன் பாத்திரத்திலிருந்து தொடங்கலாம் என்பது என் கருத்து.

ஆனால் நாவலின் தொடக்கப்பகுதியில் ஈர்க்கும் வருணனைகளும் விவரிப்புகளும் போகப்போக வாசிப்புச் சுமையாக மாறுகின்றன. ஒருகட்டத்தில் அலுப்புமேலிட, தேவைக்கு மேலான வர்ணனைகள், விவரிப்புகளைத் தவிர்த்துவிட்டு, கதையின் அடுத்த கண்ணி எங்கேயிருக்கிறது என்று தேடிப் பிடித்துப் படிக்கத்தொடங்கினேன். ஒரு கறாரான எடிட்டிங்கை மேற்கொண்டால் இந்த நாவலில் 100 முதல் 150 பக்கங்கள் வரை நீக்கலாம். ஆனால் எனக்கு புரியாத புதிராக இருந்தது நாவலில் காணப்படும் தலித் பாத்திரச் சித்தரிப்புகள்.

தலித் வரலாற்று நாவல் என்று சொல்லப்படுகின்ற, 408 பக்கங்கள் கொண்ட 'வெள்ளை யானை'யில் பெயரும் அடையாளமும் கொண்டு, பேசக்கூடிய தலித்துகள் மூன்றே

மூன்றுபேர்கள்தான், காத்தவராயன், ஜோசப் மற்றும் கருப்பன். நாவலில் நூற்றுக்கணக்கான தலித்துகள் இருக்கிறார்கள். ஆனால் அத்தனையும் உடல்கள். பஞ்சத்தில் இறந்துகொண்டிருக்கிற உடல்கள் மட்டுமல்ல, ஐஸ் ஹவுஸில் பணிபுரிகிறவர்களும் உடல்கள்தான். எந்த உரையாடலும் உணர்ச்சிகளும் வாழ்க்கையின் நுட்பமான தருணங்களுமற்று உடம்பில் கொஞ்சம் சதையோடும் கண்களில் கொஞ்சம் ஆன்மாவுடனும் ஜெயமோகன் எழுத்துகளில் பதியப்படுவதற்காக 'தொர தொர' என்று இறைஞ்சிக் கொண்டிருப்பவர்கள். மூன்றே மூன்று தலித் பாத்திரங்களும்கூட, ஏய்டன், மரிஸா பாத்திரங்களுடன் ஒப்பிடும்போது எந்தவித பன்முகத் தன்மையும் அற்று, ஒரே அச்சில் வார்க்கப்பட்ட தட்டையான பாத்திரங்களாக இருக்கிறார்கள். பண்ணையார்களை நோக்கி எம்.ஜி.ஆர். பேசும் வசனங்களையொத்த மொழிகளைப் பேசுகிறார்களே தவிர வலியின் நுட்பமோ வாழ்வின் சிக்கலோ இழையோடும் மொழி இல்லை. அழகியபெரியவன், இமையம், பாமா போன்ற தலித் எழுத்தாளர்களின் படைப்புகளைப் படித்தவர்களுக்குத் தெரியும் இந்தப் பாத்திரங்களில் விடுபட்டிருக்கும் தலித்தியல்புகள். மேலும் ஜெயமோகனின் 'ஏழாம் உலகம்' நாவலில் மாற்றுத்திறனாளி பிச்சைக்காரர்களுக்குள் நடைபெறும் உரையாடல்கள், வாழ்க்கையின் வெவ்வேறு தருணங்கள்கூட, பாவம் ஐஸ் ஹவுஸ் தொழிலாளர்களுக்கு வாய்க்கவில்லை. ஐஸ் அவுஸ் போராட்டம் குறித்த சித்தரிப்புகளும் 'ஊருக்குள் ஒரு புரட்சி' சு.சமுத்திரத்தின் எழுத்தின் தரத்தைத் தாண்டவில்லை. நீள நீளமான விவரிப்புகளுக்கும் வர்ணனைகளுக்கும் கொடுக்கப்பட்ட முக்கியத்துவம், ஏய்டனின் பாத்திரத்தை உருவாக்குவதில் காட்டிய சிரத்தையை ஏன் தலித் பாத்திரச் சித்தரிப்புகளில் ஜெயமோகனால் செலுத்தமுடியவில்லை என்பது விளங்கவில்லை.

அதேபோல் மரிஸா பாத்திரத்தின் 'திடுக்கிடும் திருப்பக்' காட்சி. பிரிட்டிஷ் ஆட்சிக் காலத்திலிருந்து தற்காலம் வரை ஆங்கிலோ இந்தியச் சமூகம் பிற சமூகங்களுடன் பெரிதும் உறவுகளற்றதாய்த்தான் இருக்கிறது. 'சட்டைக்காரிகள்' என்று பிற சமூகங்கள் ஏளன மொழியில்தான் ஆங்கிலோ இந்தியர்களை அழைத்துவந்திருக்கிறது. ஆனால் மரிஸா, "என்றைக்கு நீ என் மக்கள்மீது காலைவைத்து மிதித்து இறங்குவதைக் கண்டேனோ அன்றே நான் உன்னைப் புரிந்துகொண்டேன்" என்று ஏய்டனிடம் சீறுவது அசல் சினிமாத்தனம். அவர் எப்படி தலித்துகளோடு தன்னைப் பொருத்தி உணர்கிறார்? அதற்கான அறிகுறிகளும் தர்க்கமும் நாவலில் இல்லவே இல்லை. இதேபோல் ஐஸ்

ஹவுஸ் அதிகாரி பார்மரின் குணமாற்றமும் இன்னொரு செயற்கைத்தனம்.

நாவலில் நாயுடுகள். செட்டியார்கள், கோமுட்டிச் செட்டிகள், ரெட்டியார்கள், கொஞ்சம் பார்ப்பனர்கள் ஆகியோர் குறித்தும் அவர்களது ஆதிக்கம் குறித்தும் சித்தரிப்புகள் வருகின்றன. ஆனால் ஏய்டனின் மனவோட்டத்திலும் சரி, பிற பாத்திரங்களின் உரையாடலிலும் சரி இந்துமதச் சட்டகம் குறித்த எந்த உரையாடல்களோ சித்தரிப்புகளோ இல்லை. ஏய்டனுக்கும் பாதர் பிரண்ணனுக்கும் இடையிலான உரையாடல்களில்கூட இல்லை. இருவருமே கிறித்தவர்கள். ஒருவர் கிறிஸ்தவ மதப் போதகர். ஆனால் இந்துமதம் குறித்த எந்த உரையாடல்களும் ஏனில்லை? பெரும் எண்ணிக்கையிலான மக்கள் பஞ்சத்தில் செத்துக்கொண்டிருக்கும்போது துறைமுகங்களின் வழியாக பிரிட்டிஷ் ராணுவ வீரர்களுக்கு உணவுப்பொருட்கள் போய்க்கொண்டிருந்த அதே வேளையில்தான், தேவதாசி நடனங்களை ரசித்துக்கொண்டு கோயில்களில் ஆறுகாலப் பூஜைகளும் நடந்துகொண்டிருந்தன என்பதும் கவனம் கொள்ளவேண்டிய ஒன்று. ஆனால் அயோத்திதாசர் இந்து மதத்திலிருந்து பௌத்தத்துக்கு மாறுவதற்கான பகுதி சிறப்பாக எழுதப்பட்டுள்ளது.

வாசகர்களிடம் நீதியுணர்ச்சியை ஏற்படுத்துவதற்காகத்தான் இந்த நாவல் எழுதப்பட்டதாக ஜெயமோகன் குறிப்பிடுகிறார். ஆனால் எனக்கென்னவோ இந்த நாவல் வாசகர்களிடம் பரிவுணர்ச்சியைத்தான் ஏற்படுத்தியிருப்பதாகத் தோன்றுகிறது. பரிவுணர்ச்சிக்கும் நீதியுணர்ச்சிக்கும் இடையில் வேறுபாடுகள் உள்ளன. பரிவுணர்ச்சி என்பது தன்னைப் பற்றிய உயர்வான மனநிலையிலிருந்து மேலிருந்து கீழ் பார்க்கும் உணர்ச்சி. ஆனால் நீதியுணர்ச்சியோ குற்றவுணர்ச்சியோடு தன்னிலை குறித்த விசாரணையை மேற்கொள்வதால் எழும் உணர்ச்சி. பஞ்சத்தால் பாவம் இத்தனை மக்கள் செத்தார்களே என்கிற பரிவுணர்ச்சியைத்தான் 'வெள்ளை யானை' குறித்து வரும் பெரும்பாலான விமர்சனங்களில் காணமுடிகிறது. மாறாக அதற்குத் தங்கள் சாதி இருப்பும் ஒரு காரணம் என்கிற குற்றவுணர்ச்சியை அவற்றில் காணமுடிவதில்லை. இருந்தபோதிலும் குறைந்தபட்சம் அத்தகைய பரிவுணர்ச்சியும்கூட ஏதோ ஒருவகையில் வரலாற்றுத்தேவையாக இருக்கிறது என்கிற அடிப்படையில் 'வெள்ளை யானை'யைச் சாதகமாக மதிப்பிடலாம்.

நூறாண்டு காணும் அம்பேத்கரின் முதல் புத்தகமும் சமகால சாதியச் சிக்கல்களும்

'இந்தியாவில் சாதிகள்' அம்பேத்கரின் முதல் புத்தகம். 1916ஆம் ஆண்டு, நியூயார்க்கில் உள்ள கொலம்பியா பல்கலைக்கழகத்தில் நடைபெற்ற மானுடவியல் கருத்தரங்கில் 'இந்தியாவில் சாதிகள் : அதன் அமைப்பியக்கம், தோற்றம் மற்றும் வளர்ச்சி' என்ற தலைப்பில் அம்பேத்கர் ஆற்றிய ஆய்வுரையே 'இந்தியாவில் சாதிகள்' என்னும் புத்தகமாய் வெளியானது. இந்த ஆண்டோடு அம்பேத்கரின் முதல் புத்தகம் வெளியாகி நூறாண்டுகள் (2016) ஆகின்றன. நூறாண்டுகள் கழித்து ஏன் ஒரு புத்தகத்தை நினைவுகூர வேண்டும்? சமகாலச் சூழலுக்கும் இந்தப் புத்தகத்துக்கும் என்ன தொடர்பு?

பெரும்பாலும் சாதிகள் குறித்த ஆய்வை மேற்கத்திய ஆய்வாளர்களே முன்வைத்தனர். சாதி குறித்த அர்த்தபூர்வமான ஆய்வுகளை முதலில் முன்வைத்த இந்தியர் அம்பேத்கரே. அதுவும் தன் வாழ்நாள் முழுவதும் சாதியின் காரணமாக அவமானங்களைச் சந்தித்தவர் மற்றும் சாதியால் ஒடுக்கப்பட்ட மக்களின் ஆற்றல்மிக்க தலைவர் என்றவகையில் அம்பேத்கர் சாதி குறித்து முன்வைத்த ஆய்வுகள் இன்னும் அர்த்தபூர்வமானவை. 'இந்தியாவில் சாதிகள்' என்னும் புத்தகத்தின் சாராம்சத்தைச் சுருக்கமாகப் பார்ப்போம்.

சாதிமுறை எப்படித் தோன்றியது என்பது குறித்துப் பேசிய அம்பேத்கர், அதுகுறித்த செனார்ட், நெஸ்பீல்டு, ரிஸ்லி, கெட்கர் ஆகிய நான்கு

ஆய்வாளர்களின் கருத்துகளை ஆய்வுக்கு எடுத்துக்கொண்டார். 'குறிப்பிடத்தக்க மரபுவழியிலான தன்னிச்சையான அமைப்பு' என்று சாதியைக் குறிப்பிடும் செனார்ட், 'தீட்டு' என்னும் வழக்கமே சாதியின் தோற்றத்துக்குக் காரணம் என்றார். ஆனால் அம்பேத்கரோ 'தீட்டு என்பது சாதியத்தின் விளைவுதானே தவிர, அதுவே சாதி தோன்றுவதற்கான காரணம் அல்ல' என்று செனார்ட் முன்வைத்த கருத்தாக்கத்தை மறுக்கிறார். இதேபோல் 'மற்றவர்களுடன் சேர்ந்து உணவுண்ணாமையால்தான் சாதிகள் தோன்றின' என்ற நெஸ்பீல்டின் கருத்தையும் அம்பேத்கர் மறுத்தார். ரிஸ்லியின் ஆய்வுகளோ, சிறப்பான கவனத்துக்குரிய எந்த அம்சத்தையும் முன்வைக்கவில்லை என்றார் அம்பேத்கர். நான்காவது ஆய்வாளரான கெட்கரின் ஆய்வையே கவனத்தில் எடுத்துக்கொள்ளும் அம்பேத்கர், அவர் இந்தியர் என்பதால் சாதி குறித்த புரிதல் மற்ற ஆய்வாளர்களைவிடவும் அவருக்கு அதிகம் இருப்பதற்கான சாத்தியத்தையும் கவனப்படுத்துகிறார்.

'சாதி என்பது இரண்டுவிதமான இயல்புகளைக் கொண்ட சமூகக் குழுமம்' என்று சொல்லும் கெட்கர், 'ஒரு சாதிக்குழுவின் உறுப்பினராகும் உரிமை, அந்த உறுப்பினருக்குப் பிறந்தவர்களுக்கே உண்டு' என்றும் 'தங்கள் குழுவைத் தவிர வேறு குழுவோடு திருமண உறவு வைத்துக்கொள்ள தடை விதிக்கப்பட்டவர்களே சாதிக்குழுவாக உருவாகிறார்கள்' என்றும் இரு இயல்புகளையும் விளக்குகிறார். இதை ஏற்றுக்கொள்ளும் அம்பேத்கர், 'ஆனால் கெட்கர் இரண்டையும் தனித்தனி அம்சங்களாகப் பார்க்கிறார். இரண்டும் ஒரே நாணயத்தின் இரண்டு பக்கங்கள்' என்றார். 'ஒரே சாதிக்குள் திருமணம்' என்னும் அகமணமுறையே சாதியத்தின் ஒரே இயல்பு என்று அழுத்தமாக முன்வைக்கிறார் அம்பேத்கர். தீட்டு, மற்ற சாதிகளோடு கலந்துண்ணாமை, பிறப்பின் அடிப்படையில் மட்டுமே சாதிக்குழுவின் உறுப்பினராதல் ஆகிய சாதியின் அனைத்து இயல்புகளுக்கும் அகமணமுறையே அடிப்படையாக விளங்குகிறது என்றார்.

தொடக்ககாலத்தில் இந்தியாவில் புறமணமுறை எனப்படும் கலப்புமணமே நடைமுறையில் இருந்துவந்தது. இந்தப் புறமணமுறை மீது அகமணமுறை மேலாதிக்கம் செலுத்தியதே சாதியின் உருவாக்கத்துக்குக் காரணம் என்று எளிமையாக விளக்குகிறார். இப்படி ஒரேசாதித் திருமணங்களைக் கட்டாயமாக்கும்போது, சாதியமைப்பு எதிர்கொள்ளும் சவால்கள் குறித்த அம்பேத்கரின் கருத்துகள் தனித்தன்மை வாய்ந்தவை.

ஒரே சாதிக்குள்ளேயே தொடர்ந்து அகமணமுறை நடைபெற வேண்டும் என்றால், அந்த சாதியக்குழுக்களில் உள்ள ஆண்கள், பெண்களின் எண்ணிக்கையின் சமநிலை (Balance) பேணப்படவேண்டும். ஆனால் கணவனை இழந்த பெண் என்பவள் சாதிமுறைக்குச் சவாலாய் விளங்குகிறாள். கணவனை இழந்த பெண், வேறு குழுவைச் சேர்ந்த ஆணோடு திருமண உறவு உள்ளிட்ட உறவுகளை அமைத்துக்கொள்ளும்போது சாதித்தூய்மை சீர்குலைகிறது; சாதியக்குழுவின் சமநிலையும் சரிகிறது. இதற்காக ஏற்படுத்தப்பட்ட முறையே 'சதி என்னும் உடன்கட்டை ஏறுதல்' என்று விளக்குகிறார் அம்பேத்கர். கணவனை இழந்த பெண், வேறு சாதி ஆணோடு உறவு கொள்வதைத் தடுப்பதற்காக அவள் உடன்கட்டை ஏற்றப்பட்டு, சாதித்தூய்மை பாதுகாக்கப்படுகிறது. இதன் அடுத்தகட்டமாக, உடன்கட்டையை அமல்படுத்த முடியாதபோது பெண்கள்மீது விதவைத்தன்மை திணிக்கப்படுகிறது. எனவே சதி என்னும் உடன்கட்டை, கைம்மை எனப்படும் விதவைத்தன்மை இரண்டும் சாதியத்தின் காரணமாகவே உருவாக்கப்பட்டன என்கிறார் அம்பேத்கர்.

கணவனை இழந்த பெண்ணைப்போலவே மனைவியை இழந்த ஆணும் சாதிக்குழுவுக்குச் சவாலாக இருந்தான். பெண்களைப் போல ஆண்களை உடன்கட்டை ஏற்றிவிட முடியாது. உடன்கட்டை ஏற்றாததற்கு அவன் ஆணாக இருக்கும் காரணமே போதுமானது என்று சொல்லும் அம்பேத்கர், மேலும் ஓர் ஆணை எரித்துவிட்டால், சாதிக்குழு வலிமையான ஓர் உயிரியை இழந்துவிடுகிறது என்பதும் காரணம் என்றார். எனவே மனைவியை இழந்த ஆணுக்கு, பருவ வயதுக்கு வராத பெண்களைத் திருமணம் செய்துவைத்தனர். 'குழந்தைத் திருமணம்' இப்படித்தான் உருவானது என்பது அம்பேத்கர் முன்வைத்த ஆய்வு.

ராஜாராம் மோகன்ராய் உள்ளிட்ட சமூகச் சீர்திருத்தவாதிகள் 19ஆம் நூற்றாண்டில் சதி என்னும் உடன்கட்டை, விதவைகள் மீதான கொடுமைகள், குழந்தைத் திருமணம் ஆகியவற்றை எதிர்த்துக் குரல் கொடுத்தார்கள். ஆனால் அவர்கள் இதைப் 'பெண்களுக்கு எதிரான கொடுமைகள்' என்ற நோக்கிலும் இந்துச் சமூகச் சீர்திருத்தம் என்ற நோக்கிலும் இருந்துமே அணுகினர். ஆனால் அம்பேத்கர்தான் இத்தகைய பெண்கள் மீதான ஆணாதிக்க ஒடுக்குமுறைகளுக்கும் சாதியத்துக்கும் உள்ள தொடர்பை முதன்முதலில் முன்வைத்தவர். 'தனிச்சொத்து தோன்றியபோது அதைக் காக்க குடும்பம் என்னும் அமைப்பு

தோன்றியது' என்று ஏங்கெல்ஸ் முன்வைத்ததைப் போல, 'அகமணமுறையின் மூலம் உருவான குடும்பம் என்னும் அமைப்பு சாதியையும் தனிச்சொத்தையும் காப்பாற்ற உருவானது' என்பது அம்பேத்கர் முன்வைத்த தனித்துவமான ஆய்வு.

'வர்க்கமும் சாதியும் அடுத்தடுத்துள்ள அண்டை வீட்டுக்காரர்கள்' என்றார் அம்பேத்கர். பார்ப்பனர், வைசியர், சத்திரியர், இவர்களுக்குக் கீழே சூத்திரர் என்று கட்டமைக்கப்பட்ட வருணாசிரம முறை, வர்க்க அமைப்பை ஒத்திருப்பதை அம்பேத்கர் கவனப்படுத்தினார். இந்த வர்ணங்களுக்கு என்று தொழில்கள் உருவாக்கப்பட்டதும், அந்தத் தொழில்களை மற்ற வர்ணத்தினர் மேற்கொள்வது தடை செய்யப்பட்டிருந்ததும் கவனத்தில்கொள்ளத்தக்கது. இந்தவகையில் 'சாதி என்பது அடைபட்டுள்ள ஒரு வர்க்கமே' *(A Caste is an enclosed Class)* என்று கவித்துவமாக விளக்கினார் அம்பேத்கர்.

வர்க்கம் என்பது பிறப்பின் அடிப்படையில் உருவானது அல்ல. ஒருவர் ஒரு குறிப்பிட்ட வர்க்கத்தில் பிறந்தாலும், பிறகு அவர் தன் வர்க்கநிலையை மாற்றிக்கொள்ளமுடியும். செருப்பு தைக்கும் குடும்பத்தில் பிறக்கும் ஒரு தலித், உயர்கல்வி கற்று அரசுவேலையில் சேர்வதன்மூலம் தன் வர்க்கநிலையை மாற்றிக்கொள்ள முடியும். அரசியல்வாதியாகவோ உயர்மட்ட அதிகாரியாகவோ மாறி, அதிகார வர்க்கத்தின் பகுதியாகவும் ஆகமுடியும். ஆனாலும் அவர் தலித்தாகத்தான் இருக்கமுடியுமே தவிர, பார்ப்பனராகவோ வெள்ளாளராகவோ வன்னியராகவோ முக்குலத்தாராகவோ மாறமுடியாது என்பதுதான் சாதியத்தின் தனித்தன்மை. இப்படி ஒவ்வொரு சாதியும் எப்படி தனக்குள் அடைபட்ட வர்க்கமாக மாறின என்பதையும் அம்பேத்கர் விளக்கினார். அகமணமுறையே இப்படி சாதிகள் தனக்குள் கதவடைப்பு செய்வதற்குக் காரணம்.

ஆனால் 'சாதியைப் பார்ப்பனர்கள்தான் உண்டாக்கினார்கள்' என்பதை அம்பேத்கர் ஏற்றுக்கொள்ளவில்லை. 'சாதியைப் பாதுகாப்பதற்கான ஆதாரங்களை அவர்கள் உருவாக்கினார்கள் என்பது உண்மைதான். மேலும் அவர்கள் வரலாற்றில் இழைத்த குற்றங்கள் பல. ஆனால் அவர்களால் சாதியமைப்பை உண்டாக்கி மற்றவர்கள்மீது திணித்திருக்கமுடியாது. அந்தளவுக்கு அவர்கள் பலமானவர்கள் அல்ல' என்றார் அம்பேத்கர். ஆனால், 'பார்ப்பனர்களே முதன்முதலில் தங்களுக்குள் கதவடைத்துக்கொண்ட வர்க்கம்.' பிறகு மற்ற வர்ணத்தைச் சேர்ந்தவர்களும் அவர்களைப் பார்த்தொழுகி, அவர்களைப் போலவே தங்களுக்குள் கதவடைத்துக்கொண்டனர்

என்கிறார். இதைப் 'பார்த்தொழுகும் தொற்றுநோய்' (Infection of Imitation) என்று குறிப்பிட்டார் அம்பேத்கர்.

தொடர்ந்து கொலம்பியா பல்கலைக்கழகத்தில் ஆற்றிய உரையில் சாதியின் இயல்பு குறித்து விரிவாகப் பேசினாலும், 'சாதி என்பது தனக்குத்தானே கதவடைத்துக்கொண்ட வர்க்கம்', 'பார்த்தொழுகும் தொற்றுநோய்' என்ற அவரது இரு கருத்தாக்கங்கள் முக்கியமானவை. 'அகமணமுறையே சாதியத்தின் தோற்றுவாய்' என்னும் அம்பேத்கரின் ஆய்வு முடிவு, சாதியத்தின் பல புதிர்களை அவிழ்த்தது.

பின்னாட்களில், சூத்திரர்கள் யார், மனுதர்மம் இந்தியச் சமூகத்தில் ஏற்படுத்திய தாக்கம், வர்ணாசிரமத்தை ஏற்க மறுத்தவர்கள் அவர்ணர்களாக, பஞ்சமர்களாக ஆக்கப்பட்ட வரலாறு, சனாதன தர்மத்துக்கு எதிராகப் பவுத்த தம்மத்தைக் கடைப்பிடித்தவர்கள் தாழ்த்தப்பட்டவர்கள் ஆக்கப்பட்டது என்று பல புதிய ஆய்வுகளை முன்வைத்தார் அம்பேத்கர். 'ஏடறிந்த வரலாறு அனைத்தும் வர்க்கப்போராட்டங்களின் வரலாறே' என்று மார்க்ஸ் சொன்னதைப்போல, 'இந்திய வரலாறு என்பது சாதியத்தின் வரலாறுதான்' என்று அம்பலப்படுத்தினார் அம்பேத்கர்.

இப்படிப் பல ஆழமான ஆய்வுகளை முன்வைப்பதற்கு அடித்தளமாக இருந்தது, அவர் கொலம்பியா பல்கலைக்கழகத்தில் ஆற்றிய இந்த உரையே. இந்த மகத்தான உரையை நிகழ்த்தியபோது அம்பேத்கர் வயது வெறும் 25தான். அப்போது இந்தியாவில் காந்தியின் சகாப்தம் தொடங்கியிருக்கவில்லை. எல்லாம் சரி, நூறாண்டுகளுக்குப் பிறகு இந்தப் புத்தகத்தை நினைவுகூர வேண்டிய தேவை என்ன? சமகாலத்தைப் புரிந்துகொள்ள இந்தப் புத்தகம் ஏதேனும் ஒருவகையில் உதவுமா?

சமகாலத்தில் இருந்து 'இந்தியாவில் சாதிகள்' புத்தகத்தை அணுகுதல்

'அகமணமுறையே சாதியைக் காப்பாற்றுகிறது' என்ற அம்பேத்கரின் ஆய்வை நாம் தற்கால அரசியல் சூழல்களில் பொருத்திப் பார்க்கவேண்டியுள்ளது. இளவரசன் திவ்யா காதல் விவகாரம், இளவரசன் தற்கொலை, கோகுல்ராஜ் படுகொலை, உடுமலையில் சங்கர் படுகொலை, தொடரும் ஆணவக்கொலைகள் ஆகியவை அம்பேத்கரின் ஆய்வுமுடிவுகளுக்கு வலுசேர்க்கின்றன என்பதுதான் எதார்த்தம். மீண்டும் மீண்டும் இந்தியச் சூழலில் சாதி என்பது கதவடைக்கப்பட்ட வர்க்கமாக இருப்பதையும் சாதித்தூய்மையை சீர்குலைக்கும் நடவடிக்கைகளைக் கண்டு சாதியவாதிகள் பதறுவதையும் பார்க்கும்போது

நூறாண்டுகளுக்கு முந்தைய அம்பேத்கரின் புத்தகம் எந்தளவு ஆழமானது என்பது விளங்கும். குறிப்பாக 'அகமணமுறை', 'சாதிமறுப்புத் திருமணங்கள்' என்ற இரண்டு அம்சங்கள் குறித்து கவனத்தில்கொள்ள வேண்டிய சில புள்ளிகளைத் தொகுத்துக்கொள்வோம்.

* தமிழகத்தில் சாதிக்கலவரங்கள் அல்லது தலித் மக்கள்மீதான தாக்குதல்கள் என்பவை, தாழ்த்தப்பட்ட மக்கள் தங்களுக்கு ஒதுக்கப்பட்ட வெளியைத் தாண்டி பொதுவெளியில் பிரவேசிக்கும்போதே நிகழ்கின்றன. 60,70களில் சாவுவீட்டில் பறையடித்தல், செத்த மாட்டைச் சுமந்துசென்று புதைத்தல் ஆகிய இழிவு சுமத்தப்பட்ட தொழில்களைச் செய்யமாட்டோம் என்று தலித் மக்கள் மறுத்தபோது ஆதிக்கச்சாதியினர் தாக்குதல் தொடுத்தனர். ஊராட்சித் தேர்தல்களில் பங்குபெறுதல், ஊர்த்தெருக்களில் மட்டுமே ஊர்வலம் செய்யும் கோயில் திருவிழாத் தேர்கள் சேரிக்குள்ளும் வரவேண்டும் என்று தலித் மக்கள் கோரிக்கை வைத்தபோதும் சாதிக்கலவரங்கள் வெடித்தன. தலித் மக்களில் கணிசமான இளையதலைமுறையினர் படித்துப் பொருளாதாரரீதியாக உயர்ந்ததாலும், தங்கள் பெற்றோர்களைச் சாதித்தொழில்கள் செய்யவேண்டாம் என்று தடுத்ததாலும் 90களில் தென்மாவட்டங்களில் சாதிக்கலவரங்கள் நடந்தன. அவற்றை சாதிக்கலவரங்கள் என்று சொல்வதைவிடவும் தலித் மக்களின் சுயமரியாதைக்கான போராட்டங்கள் என்றே சொல்லவேண்டும். ஆனால், சமீபகாலமாக சாதியப் பிரச்னைகளில் மய்யம் கொள்பவை எல்லாம் 'சாதி மறுப்புத் திருமணங்கள்' என்பதையும் நினைவில்கொள்ள வேண்டும்.

*நீதிக்கட்சி ஆட்சிக்காலத்திலேயே தமிழகத்தில் இட ஒதுக்கீடு அமல்படுத்தப்பட்டது என்றாலும் திராவிடக் கட்சிகளின் ஆட்சியில் அது உச்சம்பெற்றது. இந்த இட ஒதுக்கீடு தலித் மக்களுக்கு முழுமையாக அமல்படுத்தப்பட்டது என்று சொல்லமுடியாவிட்டாலும், குறிப்பிடத்தக்க அளவுக்குத் தலித் மக்கள் கல்வி, அரசுவேலைவாய்ப்பு, தனியார் வேலைவாய்ப்பு, உயர்கல்வி ஆகியவற்றைப் பெறுவதற்கு வழிவகுத்தது. குறிப்பாக அனைத்துச் சாதி ஆண்களும் பெண்களும் பழகுவதற்கான, நட்பு பாராட்டுவதற்கான, காதல் மலர்வதற்கான வெளி உருவானது. இன்னொருபுறத்தில் பார்ப்பன ஆதிக்கத்தை எதிர்த்த திராவிடக் கட்சிகளின் சமூகநீதி நடவடிக்கைகளால் இடைநிலைச் சாதிகளே அதிகம் பலனடைந்தனர். அரசியல்

சுகுணா திவாகர் ◆ 47

கட்சிகளில் அதிகார மய்யங்களாகத் திகழ்வதில் இருந்து வாரியத் தலைவர்கள் பதவி, அரசு ஒப்பந்தப்பணிகளை எடுப்பது, கோயில் திருவிழா நடவடிக்கைகளில் முக்கியப் பங்கு வகிப்பது ஆகியவற்றால் இடைநிலைச் சாதியினருக்குப் புதிய அதிகாரங்கள் கிடைத்தன. ஒருபுறம் சமூகநீதி நடவடிக்கைகளால் தலித் இளைஞர்களும் பெண்களும் மற்ற சாதி ஆண்களோடும் பெண்களோடும் காதல் செய்வதற்கும் சாதிமறுப்புத் திருமணங்கள் நடைபெறுவதற்குமான வாய்ப்பு, இன்னொருபுறம் திராவிடக்கட்சி ஆட்சிகளில் சாதியைக் காப்பாற்றும் அதிகாரமையங்களாக இடைநிலைச் சாதியினர் உருவானது ஆகிய இரண்டுமே நடந்தன. இத்தகைய சாதிமுரண்கள் அதிகரிப்பது என்பதுதான் சமூக இயங்கியல். இதுகுறித்து கூடுதலாக விளங்கிக்கொள்ள 'முரண்பாடுகள்' குறித்த மாவோவின் கருத்துகள் உதவும்.

* குழந்தைத் திருமணத்துக்கும் சாதிக்கும் உள்ள உறவு குறித்து அம்பேத்கர் விளக்கியதை முன்பே பார்த்தோம். குழந்தைத் திருமணங்கள் நடைபெற்ற 19ஆம் நூற்றாண்டில் 'பெண்களின் திருமண வயதை அதிகரிக்கவேண்டும்' என்று சமூகச்சீர்திருத்தவாதிகளும் பெரியார் போன்ற பெண்ணியப் போராளிகளும் குரல் எழுப்பினர். இப்போதோ 'பெண்களின் திருமண வயதை அதிகரிக்கவேண்டும்' என்ற கோரிக்கையை ராமதாஸ் போன்ற சாதியத் தலைவர்கள் முன்வைக்கிறார்கள். 'கல்லூரிக்காலங்களில் அதிகமும் சாதிமறுப்புத் திருமணங்கள் நடைபெறுகின்றன. பெண்களின் திருமண வயதை அதிகரித்தால், வேலைவாய்ப்புக்கான போட்டிகள் நிறைந்த சூழலில் காதல் மணங்கள் நடைபெறாது' என்பது இவர்கள் கோரிக்கையின் பின்னுள்ள தர்க்கம். ஒரே கோரிக்கை வெவ்வேறு காலங்களில் எதிரெதிர்ச் சக்திகளிடம் இருந்து வருவது வரலாற்றின் விசித்திரம்தான்!

* ஆணவக்கொலைகளைக் கவனித்தால் ஓர் உண்மை புரியும். ஆதிக்கச்சாதியைச் சேர்ந்த ஒரு பெண்ணைத் தலித் ஆண் திருமணம் செய்யும்போதுதான் அதிகம் ஆணவக்கொலைகள் நடக்கின்றன. சமயங்களில் தங்கள் சொந்த மகளையே பலியிடுவதற்கும் சாதிவெறியர்கள் தயங்குவதில்லை. சதி என்னும் உடன்கட்டைக்கும் சாதிக்கும் உள்ள தொடர்பு குறித்து அம்பேத்கர் சொன்னதை ஆணவக்கொலைகளுக்கும் பொருத்திப் பார்க்கலாம். எப்படியாயினும் சாதித்தூய்மையைக் காப்பாற்ற வேண்டிய பொறுப்பு பெண்களின் தலையிலேயே சுமத்தப்படுகிறது.

* சாதிமறுப்புத் திருமணங்களில் உள்ள உள்முரண்பாடு

குறித்தும் பேசவேண்டும். சாதிமறுத்த காதல் திருமணம் செய்துகொள்பவர்கள் முற்றிலுமாக சாதியுணர்வை நீக்கிவிடுவதில்லை. அதனால் ‘சாதியற்றோர்’ என்ற வகையினமும் உருவாகவில்லை. இரண்டு வெவ்வெறு சாதிகளைச் சேர்ந்த ஆணும் பெண்ணும் காதலித்துத் திருமணம் செய்யும்போது, அவர்களுக்குப் பிறக்கும் குழந்தையின்மீது ஆணின் சாதியே திணிக்கப்படுகிறது. குடும்ப நடவடிக்கைகளிலும் ஆணின் சாதிக்கலாச்சாரமே பின்பற்றப்படுகிறது. எனவே சாதிமறுப்புத் திருமணத்தின்மூலம் பிறக்கும் குழந்தையும் சாதியச் சமூகத்தின் ஓர் அங்கமாகிவிடுகிற அவலமே நடக்கிறது.

* ‘சாதிகளின் கதவடைப்பு’ பற்றிப் பேசும்போது தலித் சாதிகளுக்குள்ளும் நடக்கவேண்டிய சாதிக்கலப்பு குறித்துப் பேசவேண்டும். ‘பார்ப்பனர்களைப் பார்த்தொழுகுதல்’ பற்றிப் பேசும்போது, ’பார்ப்பனர்களுக்கு அடுத்தநிலையிலுள்ள வைசியர்கள், சத்திரியர்கள் ஆகிய வர்ணத்தாரிடம் இது அதிகமாக இருக்கிறது. தூரத்தில் உள்ள சாதிகளிடம் குறைவாக இருக்கிறது’ என்றார் அம்பேத்கர். சென்ற நூற்றாண்டில் பார்ப்பனச் சமூகத்தில் விதவைப் பெண்களுக்கு நிலவிய கொடுமைகளையும், அறுத்துக்கட்டுதல், விதவைமறுமணம் ஆகியவை அனுமதிக்கப்பட்ட கள்ளர்கள் போன்ற சாதியினரிடம் தென்பட்ட நெகிழ்வுத்தன்மையையும் ஒப்பிட்டால் இது புரியும். அதேபோல் ‘அகமணமுறையின் மூலம் சாதித்தூய்மையைப் பாதுகாப்பது’ என்பது மேல்சாதிகளிடம் இருக்கும் அளவுக்கு தாழ்த்தப்பட்ட சாதிகளிடம் இறுக்கமாக இல்லை. ஆனாலும் சில இடங்களில் தாழ்த்தப்பட்ட சாதிகளிலும் சாதிமறுப்புத் திருமணங்கள் மோதல்களை உண்டாக்குவதைப் பார்க்கிறோம். எனவே கதவுடைப்பு, சாதிமறுப்புத் திருமணங்கள் ஆகியவை தலித்துகள் உள்ளிட்ட எல்லாச் சாதிகளிலும் நடைபெற வேண்டியது அவசியம்.

* சில ஆண்டுகளுக்கு முன்புவரை சாதிமறுப்புத் திருமணங்கள் என்பவை குடும்ப அளவிலான பிரச்சனைகளாகவும் அதிகபட்சம் போனால் ஊர் அளவு பிரச்சனைகளாகவுமே இருந்தன. ஆனால் இப்போது சாதிவெறி அமைப்புகள் அதைக் கைப்பற்றி தமிழக அளவிலான பிரச்சனைகளாக மாற்றுகின்றன. ஒட்டுமொத்தமாகத் தலித் அல்லாத சாதிகளைத் திரட்டுவதற்கும் இதை முன்வைக்கிறார்கள். சாதிமறுப்புத் திருமணங்கள் என்பவை இப்போது அரசியல் பிரச்சனையாக மாற்றப்பட்டிருக்கின்றன என்பதைப் புரிந்துகொள்ளவேண்டும்.

* தொடக்ககாலங்களில் நவீன மாற்றங்கள் சாதியை அழித்துவிடும் என்று பலர் நம்பினார்கள். 'ரயில் வந்தபோதும் தொழிற்சாலைகள் வந்தபோதும் தீண்டாமை ஒழிந்துவிடும், சாதியத்தின் பிடி தளரும்' என்று தொடக்ககால கம்யூனிஸ்ட்கள் கருதினார்கள். ஆனால், அப்படி எதுவும் நடக்கவில்லை. சாதி எல்லா நவீனமாற்றங்களுக்கும் ஏற்றாற்போல் தன்னை மாற்றிக்கொள்கிறது. இப்போது ஃபேஸ்புக், வாட்ஸ்அப் என்று எல்லா நவீன சமூக ஊடகங்கள் வழியாகவும் சாதிவெறி வளர்க்கப்படுகிறது. இயல்பாகவே காதலால் கிளர்ச்சியுற வேண்டிய இளைஞர்கள், 'என் சாதிப்பெண்ணை யார் கட்டினாலும் வெட்டுவேன்' என்று ஃபேஸ்புக்கில் அரிவாளோடு போஸ் கொடுக்கிறார்கள். எல்லாச் சாதிக்காரர்களோடும் நட்பு பாராட்ட சாத்தியம் உள்ள ஃபேஸ்புக்கில், சாதி பார்த்து ஃபேஸ்புக் குழுக்கள் உருவாக்கப்படுகின்றன என்றால் நவீனத்தைச் செரிக்கும் சாதியின் வலிமையைப் புரிந்துகொள்ளலாம்.

* சாதிமறுப்பை முன்வைத்த பெரியாரை முன்னோடியாகச் சொல்லிக்கொள்ளும் திராவிடக் கட்சிகள் பார்ப்பன எதிர்ப்பு, இட ஒதுக்கீடு ஆகியவற்றில்தான் கவனம் செலுத்தின. அதன்விளைவாக ஒருபுறம் இடைநிலைச் சாதிகள் அதிகாரம், தலித்துகளுக்கான கணிசமான வாய்ப்பு, சாதிமறுப்புத் திருமணங்கள், ஆணவக்கொலைகள் ஆகிய பல செயற்பாடுகள் நடக்கின்றன. இவற்றை எதிர்கொள்ளவேண்டியது திராவிடக் கட்சிகளின் கடமை. வெறுமனே 'சமூகநீதி' மட்டும் பெரியாரின் கொள்கையல்ல. சாதி ஒழிப்புதான் பெரியாரியத்தின் அடிப்படை. சமூக நல்லிணக்கத்துக்குச் சவாலாய் வளர்ந்துள்ள சாதிவெறி அமைப்புகளைத் திராவிடக் கட்சிகள் எப்படி எதிர்கொள்ளப்போகின்றன, ஆணவக்கொலைகளைத் தடுப்பது, சாதிமறுப்புத் திருமணங்கள் செய்தவர்களைப் பாதுகாப்பது ஆகியவற்றுக்கு அவர்களிடம் என்ன செயல்திட்டங்கள் இருக்கின்றன என்பதை விளக்கவேண்டும். ஏனெனில் சாதிவெறி அமைப்புகள் ஏதோ தலித்துகளுக்கும் சாதிமறுப்புத் திருமணம் செய்தவர்களுக்கும் மட்டும் எதிரிகள் அல்ல, நாளை திராவிடக் கட்சிகளுக்கும் சவால்விடப்போகிறவை என்பதையும் கவனத்தில் கொள்ள வேண்டும்.

இப்படித் தொடர்ச்சியாக பல உரையாடல்களை வளர்த்தெடுக்க அம்பேத்கரின் 'இந்தியாவில் சாதிகள்' புத்தகம் நமக்கு உதவும்.

பெரியாரியம் சந்திக்கும் சமகாலச் சவால்கள்

எல்லாத் தத்துவங்களும் நீண்டகால நோக்கில் சிந்தித்துத் தீர்வுகளைப் பேசுபவையாக இருப்பினும் அவற்றில் சமகாலத்தின் தன்மை இருப்பது தவிர்க்கமுடியாத ஒன்று. மாறிவரும் சமகாலத்துக்கேற்ப மாறாத தத்துவங்கள் தேங்கிப்போய்விடுகிற அவலமே வாய்க்கும். பெரியாரியம் என்பது எப்போதும் மாற்றத்துக்கு நேர்விகிதத்திலேயே இருப்பது. ''அய்ம்பது ஆண்டுகளுக்குப் பிறகு ஈ.வெ.ராமசாமி என்கின்ற ஒருவன் இருந்தான் என்பதை உலகம் நம்பமறுக்கும்'' என்று தன் சமகாலத்தில் பேசக்கூடிய துணிச்சல் பெரியாருக்கு இருந்தது. அவரது 'பகுத்தறிவு' என்கிற கருத்தாக்கம் அடிப்படையில் விவாதத்துக்கான ஜனநாயகத்தை வலியுறுத்துவதே. பெரியார் இறந்து நாற்பதாண்டுகளுக்கு மேலாகின்றன. இந்த நாற்பது ஆண்டுகளில் ஏற்பட்ட மாற்றங்கள் பெரியாரியச் சிந்தனைகளில் என்னமாதிரியான தாக்கங்களையும் மாற்றங்களையும் ஏற்படுத்தியிருக்கின்றன என்பது விரிவாக ஆராயப்பட வேண்டிய ஒன்று. குறிப்பாக உலகமயத்துக்குப் பிறகான சூழல் என்ன மாதிரியான சிந்தனை பரிசீலனைகளைக் கோருகின்றன என்பதை யோசிக்கவேண்டும்.

இந்தியச் சாதியச் சமூக அமைப்பு குறித்து சிந்தித்த அம்பேத்கரும் பெரியாரும் இந்தியக் கிராம அமைப்பு சாதியத்தின் வலுவான கட்டுமானங்களைக் காப்பாற்றிவருவதைச் சரியாகவே சுட்டிக்காட்டினர். இந்த அமைப்பில் இருந்து விடுபடுவதற்கு நவீன கல்வி, இட ஒதுக்கீடு, ஒடுக்கப்பட்ட மக்கள் அரசியல் அதிகாரத்தைக் கைப்பற்றுதல் ஆகியவை தீர்வுகளாக முன்வைக்கப்பட்டன.

‘‘கிராமங்களைக் காலி செய்யுங்கள்’’ என்று அறைகூவல் விடுத்தார் அண்ணல் அம்பேத்கர். பெரியாரும் தலித் மக்கள் நகரங்களில் குடியேறுவது குறித்துப் பேசினார். கடந்த இருபதாண்டுகளில் நகரமயமாக்கலும் நகரத்தில் குடியேறுதலும் அதிகரித்துள்ளன. சென்னையில் குடியேறும் மக்களின் எண்ணிக்கை ஆண்டுதோறும் அதிகரித்துவருகிறது. உள்ளூர் வேலைவாய்ப்புகள் சுருங்கிப்போக, நகரங்களில் மட்டும்தான் இனி வேலைவாய்ப்புகள் என்கிற நிலை உருவாகியுள்ளது. இட ஒதுக்கீடு உருவாக்கிக்கொடுத்த வாய்ப்பில் படித்த புதிய தலைமுறை ஒன்று தாழ்த்தப்பட்ட, பிற்படுத்தப்பட்ட மக்கள் மத்தியில் உருவாகியுள்ளது. புதிய வகையான நவீனத் தொழிற் நிறுவனங்களின் மூலம் உருவாகும் வாய்ப்புகள் இந்தப் புதிய தலைமுறை இளைஞர்களை நகரத்துக்குள் கொண்டுவந்து கொட்டுகிறது. சென்னையில் தலித்துகள், முஸ்லீம்கள், திருநங்கைகள், ஈழத் தமிழர்கள் ஆகியோருக்கு வாடகைக்கு வீடு கிடைப்பது கடினமாக இருப்பது என்பது உண்மைதான் என்றபோதிலும் கிராமங்களை ஒப்பிடும்போது ஒப்பீட்டளவில் தலித்துகள் தங்களைச் சுதந்திரமாக உணர்வதற்கான வாய்ப்பும் தங்கள் சாதி அடையாளத்தை வெளிப்படையாகக் காட்டிக்கொள்ள வேண்டிய தேவை இல்லாது இருக்கிற சூழலும் அதன்மூலம் ஒதுக்குதலுக்கு உள்ளாக வேண்டிய அவலம் இல்லாத சூழலும் நகரங்களிலேயே உருவாகியுள்ளன. அம்பேத்கரும் பெரியாரும் சுட்டிக்காட்டிய கருத்துகளின் முக்கியத்துவத்தையும் இதன் மூலம் புரிந்துகொள்ளலாம்.

ஆனால் மறுபுறத்தில் இந்த நகரங்கள் என்பவை யாருக்காக உருவாக்கப்படுகின்றன, யாருக்காக விரிவுசெய்யப்படுகின்றன, யாருக்காக அழகுபடுத்தப்படுகின்றன என்கிற கேள்வியை எழுப்பிப்பார்க்க வேண்டியிருக்கிறது. உலகமயமாக்கலுக்குப் பிறகான காலத்தில் சென்னை, டெல்லி, மும்பை போன்ற பெருநகரங்கள் ‘அழகுபடுத்தப்படுவதும்’ விரிவுபடுத்தப்படுவதும் போக்குவரத்து உள்ளிட்ட வசதிகள் ஏற்படுத்தப்படுவதும் பன்னாட்டு நிறுவனங்களுக்காகவும் பெருமுதலாளிய நிறுவனங்களுக்காகவும் இந்நிறுவனங்களில் பணிபுரிவதன் மூலம், புதிய வர்க்கங்களாக உருவாகியுள்ளவர்களுக்காகவுமே. நிச்சயமாக இந்த வர்க்கங்களில் கணிசமான அளவு பிற்படுத்தப்பட்ட, மிகப்பிற்படுத்தப்பட்ட, தலித் மக்களைச் சேர்ந்தவர்கள் என்பது உண்மையே. ஆனால் இந்த நகரமயமாக்கலின் காரணமாக நகரத்துக்கு அப்பால் செம்மஞ்சேரி, கண்ணகி நகர் என்று துரத்தப்படுபவர்கள் இந்த நகரத்தின் பூர்வகுடி மக்களான

சேரிவாழ் தலித்துகளே. மிக எளிமையாகச் சொல்வதாக இருந்தால் நவீன கல்வி மற்றும் வேலை வாய்ப்புகளின் மூலம் சாதிய நரகமான கிராமத்திலிருந்து தலித்துகள் நகரத்தில் குடியேறுவதற்கான வாய்ப்புகள் உருவாகியுள்ள அதே சூழலில் நகரத்தில் வசித்த தலித் மக்கள் நகரத்தை விட்டு அப்பால் துரத்தப்படுகின்றனர். இந்த முரணைப் புரிந்து கொள்ளும்போதுதான் நகரமயமாக்கலின் கொடூரத்தை உணர்ந்துகொள்ளமுடியும்.

அதேபோல் மூடநம்பிக்கைகள் மலிந்திருக்கும் தமிழ்ச்சமூகத்தில் தொடர்ச்சியாகப் பகுத்தறிவைப் பேசி வருபவை பெரியாரியக்கங்கள்தான். பெரியார் காலத்தில் இருந்தே இத்தகைய மூடநம்பிக்கைகளுக்கான தீர்வாக நவீன அறிவியல், நவீன மருத்துவம், நவீன கல்வி ஆகியவை வலியுறுத்தப்பட்டு வந்துள்ளன. இந்தப் பிரசாரத்தின் திரை வடிவம்தான் நடிகவேள் எம்.ஆர்.ராதா. இன்னமும் நரபலிக் கொடுமைகள் தொடரும் தமிழ்ச்சமூகத்தில் பகுத்தறிவுப் பிரசாரமும் நவீன அறிவியல் குறித்த பார்வைகளும் தேவைதான். அதே நேரத்தில் இந்த நவீன அறிவியல், நவீன மருத்துவம் ஆகியவற்றுக்குப் பின்னால் உள்ள வணிகம் குறித்து உலகளவில் உருவாகிவரும் பார்வைகளும் பெரியாரிஸ்ட்களுக்குத் தேவை. நவீன மருத்துவமும் நவீன அறிவியலும் எதைச் சொன்னாலும் அதை அப்படியே வலியுறுத்துகிற பார்வைகள் மாறவேண்டும். புதிய வகையான நோய்கள் உருவாகுவது, அதற்கான மருந்துகள் உருவாகுவது, மருந்துகளுக்கான சந்தைகள் உருவாக்கப்படுவது, தயாரிக்கப்பட்ட மருந்துகளுக்கான 'மருத்துவ உண்மைகள்' உருவாக்கப்படுவது ஆகியவை குறித்த புரிதல் இன்றைய காலத்தேவையாகும்.

ஏனெனில் விஞ்ஞானம் என்பது மதத்துக்கும் பழமைவாதத்துக்கும் எதிரான புள்ளி என்பதிலிருந்து நகர்ந்து அது வணிகத்துக்கான சந்தையாக மாறி வெகுநாட்கள் ஆகிவிட்டன. நவீன அறிவியல் பார்வைகளை வலியுறுத்துகிற அதே நேரத்தில் இந்த நவீன அறிவியல் மற்றும் மருத்துவத்துக்குப் பின்னால் உள்ள வணிக நலன்கள் குறித்தும் பேசப்பட வேண்டும். எளிமையாகச் சொன்னால் அறிவியலின் வணிகம் குறித்த பகுத்தறிவு அவசியம். இதற்கு மிகச் சிறந்த உதாரணம் கூடங்குளம் அணு உலை. இதை எதிர்ப்பவர்கள் எல்லாம் அறிவியல் அறிவற்ற, பகுத்தறிவற்றவர்களாகவே சித்தரிக்கப்படுகிறார்கள் என்பதைக் கவனத்தில்கொள்ள வேண்டும்.

சுகுணா திவாகர் ◆ 53

பொதுவாக மரபு என்பது பெரியாரிஸ்ட்களுக்கு உவப்பான விஷயம் இல்லை. ஆனால் இந்த நவீன அறிவியல், நவீன மருத்துவம் என்ற பெயரில் உருவாகியுள்ள நவீன வாழ்க்கைமுறையின் நச்சுத்தன்மைகளை எதிர்க்க மரபில் இருந்து சில விஷயங்களை எடுத்தாள வேண்டிய தேவையும் இன்று உருவாகியுள்ளது. இயற்கை விவசாயமாக இருந்தாலும் இயற்கை உணவாக இருந்தாலும் இவையெல்லாம் நிச்சயமாகச் சாதாரண எளிய உழைக்கும் மக்களின் மரபு என்பதைப் புரிந்துகொள்ள வேண்டும். இன்னும் சொல்லப் போனால் இந்த இயற்கை சார்ந்த மரபு என்பது திராவிட/தமிழ் மரபுதான். இந்த மரபான விவசாயம் மற்றும் மரபான உணவுவகைகளின் அறிவியல் குறித்துப் புரிந்துகொள்வதும் அவற்றைப் பிரசாரம் செய்வதும் நவீனம் என்ற பெயரில் உருவாக்கப்பட்ட வணிகம் இழைத்த தீங்குகள் குறித்து மக்களிடம் உரையாடலை உருவாக்குவதும்கூட பகுத்தறிவுவாதிகளின் கடமைதான்.

உலகமயமாக்கல், நகரமயமாக்கல், சுற்றுச்சூழல், நவீன வாழ்க்கையின் பின்னாலுள்ள வணிக நலன்கள் ஆகியவை பெரியார் காலத்தில் இருந்த சிக்கல்கள் இல்லை. இவை கடந்த இருபதாண்டுகளாக உருவாகியுள்ள சிக்கல்கள். இவற்றை எதிர்கொள்ள வேண்டியதும் வழக்கமான பெரியாரிய அணுகுமுறைகளில் மாற்றங்களைக் கொண்டுவர வேண்டியதும் பெரியாரிஸ்ட்களின் கடமை. இல்லாவிட்டால் சமகால எதார்த்தங்களைப் புரிந்துகொள்ளாமல் பழமைவாதத்துக்குள் சிக்கிப்போன குற்றத்துக்கு பெரியாரிஸ்ட்கள் ஆளாவார்கள்.

மேலே வலியுறுத்தப்பட்ட மூன்று விஷயங்களைப் பற்றி மேலோட்டமாக யோசித்தால்கூட இவற்றுக்குப் பின்னால் உள்ள வர்க்கப் பார்வையைப் புரிந்துகொள்ளலாம். நகரமயமாக்கல் என்பது பெருமுதலாளிய நிறுவனங்களுக்காக உருவாக்கப்படுகிற செயல்பாடு. நவீன மருந்துகள், பூச்சிக்கொல்லி மருந்துகள், ரசாயன உரங்கள் ஆகியவற்றைத் தயாரித்து சந்தைக்குக் கொண்டுவந்து கொழுப்பவையும் பெருமுதலாளிய நிறுவனங்களே. இந்தப் பெருமுதலாளிய நிறுவனங்களின் மூலதன அகோரப் பசிக்கான தீனிகளாகவே 'நோயாளிகளும் நோய்களும்' உருவாக்கப்படுகின்றன; உழைக்கும் எளிய மக்கள் நகரங்களில் இருந்து துரத்தப்படுகின்றனர்; நமது மண் நஞ்சாக்கப்படுகிறது.

இந்தப் பெருமுதலாளி வர்க்க நலன்களுக்காகவே நுகர்வுக் கலாச்சாரம் ஊக்குவிக்கப்படுகிறது. இட ஒதுக்கீடு, கல்வி, புதிய வேலை வாய்ப்புகள் மூலம் வர்க்கரீதியில் உயரும்

பிற்படுத்தப்பட்ட, தாழ்த்தப்பட்ட மக்கள் இந்த நுகர்வுக் கலாச்சாரத்துக்கு அடிமையாகித் தங்கள் வருமானத்தில் பெரும்பாதியைத் தேவையில்லாத பொருட்களை வாங்கிக் குவிப்பதில் செலவழிப்பதுடன் சுற்றுச்சூழலை அழிப்பதற்கும் இயற்கைசார்ந்த வாழ்விலிருந்து விலகலுக்கும் உள்ளாக்கப்படுகின்றனர். இந்த வர்க்கங்களாக உருவாகியுள்ள அதே தாழ்த்தப்பட்ட, பிற்படுத்தப்பட்ட மக்கள் அரசியல் நீக்கமும் செய்யப்படுகின்றனர். மற்றொருபுறம் அதே பிற்படுத்தப்பட்ட, தாழ்த்தப்பட்ட மக்களில் கீழ்நிலை வர்க்கமாக இருப்பவர்களின் உள்ளூர்த் தொழில்கள் அழிக்கப்படுகின்றன. சிறுவிவசாய நிலங்கள் பாழ்படுத்தப்படுகின்றன. எப்படிப் பார்த்தபோதிலும் 'நவீன வாழ்க்கை' என்ற பெயரிலான இந்த முதலாளித்துவ வாழ்க்கையால் அழிக்கப்படுவது, பெரியார் காலம் காலமாய் யாருக்காகப் பாடுபட்டாரோ அந்தப் பிற்படுத்தப்பட்ட, தாழ்த்தப்பட்ட மக்கள்தான். எனவே அவர்களின் நலன்களைக் காப்பாற்ற, உருவாகிவரும் இந்தப் புதிய ஆதிக்கங்களை எதிர்க்க புதிய பார்வைகளும் அணுகுமுறைகளும் முக்கியம்.

ஒழுக்கம் என்பது பொதுச்சொத்தா?

"நம்முடைய மனம் நோகாமலிருக்கப் பிறர் நம்மிடம் எப்படி நடந்து கொள்ள வேண்டும் என்று ஆசைப்படுகிறோமோ அதேபோல் நாம் பிறரிடம் நடந்து கொள்வதுதான் ஒழுக்கம் எனப்படும்." இது ஒழுக்கம் குறித்த பெரியாரின் புகழ்பெற்ற வரையறை. இதோடு பெரியார் நிற்கவில்லை. ஒருபடி மேலே சென்று, "உலகில் கற்பு, காதல் என்பன போன்ற வார்த்தைகள் எப்படி பெண்மக்களை அடிமைப்படுத்தி அடக்கி ஆளவென்று ஏற்படுத்திப் பயன்படுத்தப்பட்டு வருகின்றனவோ, அது போலவேதான் ஒழுக்கம் என்னும் வார்த்தையும் எளியோரையும் பாமர மக்களையும் ஏமாற்றி மற்றவர்கள் வாழ பயன்படுத்திவரும் ஒரு சூழ்ச்சி ஆயுதமேயல்லாமல், அதில் உண்மையோ, சத்தோ ஒன்றுமே கிடையாது. கற்பு, காதல், சத்தியம், நீதி, ஒழுக்கம் என்பனவெல்லாம் ஒரே தாயின் பிள்ளைகள். அதாவது குழந்தைகளைப் பயமுறுத்த பெரியவர்கள் "பூச்சாண்டி, பூச்சாண்டி" என்பதுபோல் இவை எளியோரையும் பாமர மக்களையும் வலுத்தவர்களும், தந்திரக்காரர்களும் ஏமாற்றச்செய்த ஒரு பெரும் சூழ்ச்சியேயாகும்" என்றும் துணிந்து கூறினார். பொதுவாக மக்கள் மத்தியில் அரசியல் பணி செய்துவரும் யாரும் சொல்லத் துணியாத வார்த்தைகள் இவை. ஆனால், பெரியாருக்கான சிறப்பே அதுதானே! ஆனால், இப்படிச் சொல்கிற பெரியார்தான் இன்னொருபுறம், "பக்தி என்பது தனிச்சொத்து. ஒழுக்கம் என்பது பொதுச்சொத்து" என்றும் சொன்னதோடு, "பக்தி இல்லாவிட்டால் யாருக்கும் நட்டமில்லை. ஒழுக்கம் இல்லாவிட்டால் எல்லாமே பாழ்" என்றார்.

ஒழுக்கம் என்பதற்குப் பொதுவான இலக்கணம் எதுவும் கிடையாது. ஏனெனில் இது ஒவ்வொருவருக்கும் தகுந்தாற்போல மாறக்கூடியது. இன்னும் சொல்லப்போனால் ஒழுக்கம் என்பதை எல்லோருக்கும் பொதுவான ஒன்றாக வரையறுப்பவர்கள்தான், தங்கள் அதிகாரத்தைப் பயன்படுத்தி அதை மீறவும் செய்கிறார்கள். ஒரு சமீபத்திய உதாரணம் ஒன்று உடனே எனக்கு ஞாபகத்துக்கு வருகிறது. குன்னூர் குற்றவியல் நடுவர் நீதிமன்ற நீதிபதி தங்கராஜ் என்பவர் மீது பல்லடம் எஸ்.ஐ. உமாமகேஸ்வரி தன்னை திருமணம் செய்து கொள்வதாக கூறி ஏமாற்றியதாக குற்றம் சாட்டியதைத் தொடர்ந்து நீதிபதி தங்கராஜ் கைது செய்யப்பட்டார். இதில் நீதிபதி அருந்ததியர் சமூகத்தைச் சேர்ந்தவர் என்றும் சாதியரீதியாகப் பழிவாங்கவே இந்தப் புகார் அளிக்கப்பட்டது என்றும் தலித் கவிஞரும் அருந்ததியர் சமூக விடுதலைக்காகத் தொடர்ந்து இயங்கிவருபவருமான கவிஞர் ம்திவண்ணன் தனது ஃபேஸ்புக் பக்கத்தில் எழுதியிருந்தார். ஆனால் இதுகுறித்து நான் ஆராயப்புகவில்லை. இந்த விவகாரம் ஒரு நீதிபதி மற்றும் பெண் உதவி ஆய்வாளர் தொடர்பானது என்பதுதான் இங்கு முக்கியமானது. இதுகுறித்து செய்தி வெளியிட்டிருந்த நாளிதழ், ‘‘இருவரும் கணவன் மனைவி போல் வாழ்ந்துவந்தனர்” என்று நாகரிகமாக எழுதியிருந்தது. ஆனால் இதில் சம்பந்தப்பட்டவர்கள் மிகச் சாதாரண வர்க்கப் பின்னணி கொண்டவர்களாக இருந்தால் இதே நாளிதழ் இப்படி எழுதியிருக்குமா என்ன? ‘உற்சாகபானம் அருந்தி உல்லாசமாக இருந்தார்கள்’ (இந்த வாக்கியம் அந்த நாளிதழின் ஃபேவரைட் வாக்கியம்) என்ற வாக்கியம் தவறாமல் இடம் பெற்றிருப்பதோடு, தன் கற்பனைக்கு எட்டிய வரையில் கிளுகிளுப்பான கதைகளை எழுதித் தள்ளியிருக்கும். பொதுவாகவே ஒழுக்கம் குறித்த அணுகுமுறை என்பது ஊடகங்களுக்கு மட்டுமல்ல, மக்களிடத்திலும் சந்தர்ப்பத்துக்கு ஏற்றவாறு மாறித்தான் காணப்படுகிறது. இதையும் பெரியார் நுட்பமாகப் பதிவு செய்யத் தவறவில்லை.

> *“ஒரு வேலைக்காரன் செய்யும் ஒழுக்கங்கெட்ட காரியத்தை அந்த வேலைக்காரன் முன்னிலையிலேயே எஜமான் செய்துவிட்டு வேலைக்காரனை மாத்திரம் ஒழுக்கங்கெட்டவன் என்று சொல்லுகிறான். ஒரு குமாஸ்தா செய்யும் ஒழுக்கங்கெட்ட காரியத்தை மேல் அதிகாரி அந்தக் குமாஸ்தா முன்னிலையிலேயே பல தடவை செய்துவிட்டு குமாஸ்தாவை ஒழுக்கங்கெட்டவன் என்று கூறுகிறான். ஒரு மகன் செய்யும் ஒழுக்கங்கெட்ட காரியத்தை தகப்பன் செய்துவிட்டு*

மகனை ஒழுக்கங்கெட்டவன் என்று சொல்லுகிறான். இதுபோலவே, எல்லாத்தொழில் துறையிலுமுள்ள மக்களும் அவரவர்கள் வாழ் நாட்களில் ஒழுக்கயீனமாக நடந்து கொண்டே மற்றவர்களை ஒழுக்கயீனர்கள் என்று சொல்லி வருகிறார்கள். இவை நாம் குறிப்பிட்ட ஒரு சிலரிடம் மாத்திரம் இருப்பதாய்ச் சொல்ல வரவில்லை"

என்று அவர் சொன்னது, சமூகம் குறித்த பெரியாரின் கூர்மையான அவதானிப்புக்கு உதாரணம். முத்தாய்ப்பாக,

"ஒழுக்கமாய் மக்கள் யாராலும் நடக்க முடியாது என்றும், ஒழுக்கம் என்பதாக ஒரு குறிப்பிட்ட குணமோ, செயலோ இல்லை என்றும், ஒழுக்கம் என்று சொல்லி வருவதெல்லாம் எளியோரையும் பாமர மக்களையும் அடிமைத்தனத்தில் இருத்திவரப் பயன்படுத்தக்கூடிய சூழ்ச்சி ஆயுதமே தவிர, மற்றபடி அது மக்கள் சமதர்மத்துக்கு பயன்படக்கூடியது அல்லவென்றும் சொல்லுவதற்காகவே எடுத்துக்காட்டுகிறோம்" என்றார்.

இங்கேதான் நாம் இந்தக் கேள்வியை எழுப்ப வேண்டியவர்களாக இருக்கிறோம். ஒழுக்கம் என்கின்ற ஒன்றே இல்லாதபோது, அது அதிகாரத்தின் ஏற்பாடாய் இருக்கும்போது பொதுவாழ்க்கையில் ஒழுக்கம் என்பதை ஏன் பெரியார் வலியுறுத்த வேண்டும்? ஒவ்வொரு மனிதருக்குமான ஒழுக்க வரையறை என்பது தனிநபர் சார்ந்ததாக இருக்கும்போது, அது தனிச்சொத்தாகத்தானே இருக்கவேண்டும்? ஒழுக்கம் என்பதே பொதுவானதாக இல்லாதபோது அது ஏன் பொதுச்சொத்தாக இருக்கவேண்டும்? இப்படியான கேள்விகளை எழுப்பி, பெரியாரின் சிந்தனைகள் மீது நாம் உரையாடலைத் தொடங்கும்போதுதான் நாம் அடுத்தகட்டப் புரிதல்களுக்கு நகர முடியும்.

சாதியை மறுத்த பெரியார் ஏன் சாதி அடிப்படையிலான இட ஒதுக்கீட்டை வலியுறுத்தி போராட்டங்களை முன்னெடுத்தார்? கடவுள் மறுப்பை முன்வைத்த பெரியார் ஏன் அனைத்துச் சாதியினருக்குமான அர்ச்சகர் உரிமையை வலியுறுத்தினார் என்பதுமாதிரியான நுட்பமான கேள்விதான் இது. பெரியாரிடம் இருந்த முரண்களை அம்பலப்படுத்துகிறோம் என்கிற பெயரில் மேற்கண்ட கேள்விகளை பிற்போக்குச் சக்திகள் எழுப்புவது வழக்கம். இதற்கான பொருத்தமான பதில்களை மீண்டும் மீண்டும் சொல்லிக் களைப்படைவதிலேயே பெரியாரிஸ்ட்களான நமக்குப் பெரும்பாலான நேரம் செலவாகிவிடுகிறது. உண்மையில் முரண்பாடு என்கின்ற

ஒன்று இல்லையென்றால் இயக்கம் என்கின்ற ஒன்றே இல்லை. இது மார்க்சிய இயங்கியலின் அடிப்படை. பிரபஞ்சத்தின் இயக்கம் என்பதே முரண்பட்ட பொருட்களின் இயக்கத்தால் ஆனது என்பது விஞ்ஞானம். அப்படியானால் ஒழுக்கம் குறித்த பெரியாரின் அணுகுமுறைகளையும் வரவேற்கத்தக்க முரண்பாடாக எடுத்துக்கொண்டு கடந்துபோய் விடலாமா?

இல்லை. இங்கு தனிப்பட்ட ஒழுக்கத்துக்கும் பெரியார் சொன்ன 'ஒழுக்கம் என்கிற பொதுச்சொத்துக்கும்' இடையிலான வித்தியாசத்தைப் புரிந்துகொள்ள வேண்டும். ஆங்கிலத்தில் Moral and ethical values என்கிற சொற்றொடர் உண்டு. தமிழில் இதை ஒழுக்க மற்றும் அறவியல் மதிப்பீடுகள் என்று சொல்லலாம். ஒழுக்கம், அறம் என்பதற்கு இடையில் உள்ள வித்தியாசத்தைப் புரிந்துகொண்டால் பெரியார் சொன்ன கூற்றுகளில் உள்ள வித்தியாசங்களையும் புரிந்துகொள்ளலாம்.

ஒழுக்கம் என்று சொன்னவுடனே நமக்கு உடனடியாக நினைவுக்கு வருவது எது? 'குடிக்கக் கூடாது, புகை பிடிக்கக்கூடாது, திருடக்கூடாது, பொய் சொல்லக் கூடாது, அடுத்தவர் மனைவி மீது ஆசைப்படக்கூடாது, ஒருவனுக்கு ஒருத்தி / ஒருத்திக்கு ஒருவன் என்பதைக் கடைப்பிடிக்கவேண்டும்' இவைதான் நம் நீதிக்கதைகளில் இருந்து பாடப்புத்தகங்கள் வரை மீண்டும் மீண்டும் வலியுறுத்தப்படும் ஒழுக்கங்கள். ஆனால் தப்பித்தவறிக் கூட, இந்த 'கூடாது' பட்டியலில் 'பிறப்பின் அடிப்படையில் யாரையும் ஏற்றத்தாழ்வாகக் கருதக்கூடாது', 'பிறர் உழைப்பைச் சுரண்டக்கூடாது' ஆகியவை இடம்பெறவில்லை என்பதைக் கவனிக்கவேண்டும். ஏனெனில் மேற்கண்ட ஒழுக்க மதிப்பீடுகளை வலியுறுத்துபவர்கள் சாதியப் பாகுபாட்டை ஏற்றுக்கொண்டவர்கள், உழைப்பவர்களைச் சுரண்டும் முதலாளித்துவச் சமூக அமைப்பை ஏற்றுக்கொண்டவர்கள். எனவே சாதியத் திமிருடன் நடந்துகொள்வதோ, தீண்டாமையைக் கடைப்பிடிப்பதோ, அடுத்தவர் உழைப்பைச் சுரண்டுவதோ 'ஒழுக்கக்கேடு' ஆகாது.

சாதியத்தை அப்படியே வைத்துக்கொண்டு முதலாளித்துவச் சுரண்டலைப் பாதுகாத்துக்கொண்டு, ஆணாதிக்கத்தை வலியுறுத்திக்கொண்டே 'ஒழுக்க மதிப்பீடுகளை' வலியுறுத்துபவர்கள்தான் அதிகம். இதைத்தான் பெரியார் கடுமையாக எதிர்த்தார். இன்னும் சொல்லப் போனால் மேற்கண்ட ஒழுக்கத்தை வலியுறுத்துபவர்கள் சாதி/வர்க்கம்/ பால் ஆகியவற்றுக்கு ஏற்ப தாங்கள் மாறிக்கொண்டு 'ஒழுக்க' மதிப்பீடுகளை மாற்றிக்கொள்ளவும் தயங்கவில்லை. ஒருவனுக்கு

ஒருத்தி என்று சொன்னாலும் நடைமுறையில் ஒருத்திக்கு ஒருவன் என்று இருப்பதே இதற்குச் சிறந்த உதாரணம். இத்தகைய போலித் தன்மைக்கும் அதிகார வன்முறைக்கும் எதிரானதுதான் பெரியாரின் அணுகுமுறை.

மதுவிலக்குக்காக அய்ந்நூறு தென்னைமரங்களை வெட்டியதாகப் பாடப்புத்தகத்தின் வழியாக நமது குழந்தைகளுக்கு அறிமுகம் ஆகிற பெரியார், தன் வாழ்வின் பெரும்பகுதியில் மதுவிலக்குக்கு எதிராகவே பேசினார். "இன்றைய மதுவிலக்கு ஒரு விஷ நோய் பரவல் போன்ற பலன் தருகின்றது. அது தொற்று நோய் போலவும் கேடு செய்கின்றது. கடுகளவு உலகறிவு உள்ளவர் எவரும் மதுவிலக்கை ஆதரிக்கமாட்டார்கள் என்பது எனது கருத்து, முடிந்த முடிவு. இதை யார் சொல்கிறார் என்றால் மதுவிலக்கு பிரச்சாரத்தில் ஈடுபட்டு இணையற்ற ஈடற்ற பிரச்சாரகர் என்று காந்தியாலும், இராஜாஜியாலும் பட்டம் பெற்று தனது நிலத்தில் இருந்த 500 தென்னை மரங்களை வெட்டிச் சாய்த்தவன் ஆகிய இராமசாமி (நான்) சொல்கிறேன்'' என்றவர் பெரியார். மதுவிலக்கு குறித்த பெரியாரின் சிந்தனைகள் தனியாக விரிவாக எழுதப்படவேண்டியவை. மதுவிலக்கு குறித்த பெரியாரின் கருத்துகளைத் தொகுப்பதற்காக, சென்னை பெரியார் திடலில் விடுதலை, குடியரசு இதழ்களைப் புரட்டிக்கொண்டிருந்தபோது ஆச்சர்யமான ஒரு விஷயம் கண்ணில் பட்டது. பெரியாரின் இறுதிக் காலமான 1969-73 காலகட்டத்தில் பெரியார் நிறைய திருமண நிகழ்ச்சிகளில் கலந்துகொண்டிருக்கிறார். கிட்டத்தட்ட வாரத்துக்கு இரண்டு திருமண நிகழ்ச்சிகளிலாவது கலந்துகொண்ட அவர், எல்லாத் திருமண நிகழ்வுகளிலும் திருமணம் என்கிற அமைப்பின் போலித்தனத்தையும் அதிகாரத்தையும் எதிர்த்தே பேசியிருக்கிறார். அதேபோல் மதுவிலக்குக்கு எதிராகவும் தன் இறுதிக் காலங்களில் எழுதியும் பேசியும் வந்திருக்கிறார். அண்ணா, காமராஜர், கலைஞர் ஆகியோரது ஆட்சிகளை ஆதரித்தபோதும் இவர்களது மதுவிலக்குக் கொள்கை குறித்து பெரியார் கடுமையாக விமர்சிக்கத் தயங்கவில்லை. பொதுவாக மனித வாழ்க்கையில் முதுமையை எட்டும்போதுதான் பலரும் 'ஒழுக்கத்தை' வலியுறுத்துவது வழக்கம். காரணம், மிக எளிமையானது. அவர்களால் 'ஒழுக்கக் கேடாக' நடக்க இயலாத இயலாமை, மற்றும் தங்கள் பிள்ளைகள் தாங்கள் நடந்துகொண்டதைப் போல 'ஒழுக்கக் கேடாக' நடக்கக் கூடாது என்கிற சுயநலத்துடன் கூடிய அச்சம். ஆனால் பெரியார் முதுமையின் உச்சத்தில் இருந்துகொண்டு ஒழுக்க

மதிப்பீடுகளுக்கு எதிராகப் பேசினார் என்பதுதான் வரவேற்கத் தகுந்த ஆச்சர்யம்.

இதேபோல் கற்பு குறித்த பெரியாரின் காத்திரமான கருத்துகள் குறித்து நமது தோழர்களுக்கு விரிவாக விளக்கவேண்டியதில்லை. கற்பு, விபச்சாரம் இரண்டுமே பயனற்ற வார்த்தைகள் என்ற அவர் பாலியல் சுதந்திரத்தை வலியுறுத்தினார். இருவர் காதல் கொள்ளவோ கலவிகொள்ளவோ கல்யாணம் செய்துகொள்ளவோ இருவருடைய விருப்பமும் சம்மதமும்தான் முக்கியம் என்று வலியுறுத்தினார். இத்தனைக்கும் இத்தகைய கருத்துகளை அவர் பேசிய காலம் சமூகம் பின் தங்கியிருந்த காலம். இப்போதுபோல் பல்வேறு நாடுகளின் கலாச்சாரங்கள் குறித்து அறிவதற்கு அவ்வளவாக வாய்ப்பில்லாத காலம். அப்படி அறிந்திருந்தாலும் 'என்ன இருந்தாலும் நமது இந்திய/தமிழ்க் கலாச்சாரம்தான் சிறந்தது' என்று கொஞ்சம்கூட வெட்கமில்லாமல் புழுத்துப் போன தங்கள் பெண்ணடிமைக் கலாச்சாரத்தைத் தூக்கிப் பிடித்திருந்த காலம். இப்போது நாம் இணைய யுகத்தில் இருக்கிறோம். ஆச்சர்யப்படத்தக்க வகையில் சில நீதிமன்றத் தீர்ப்புகளே, ஆணாதிக்க இந்து ஒழுக்கக் கலாச்சாரத்துக்கு எதிரானவையாக இருக்கின்றன. ஆனால் பெரியார் பேசிய காலகட்டமோ 'குடும்பக் கட்டுப்பாட்டையும் விவாகரத்தையும் அனுமதிக்கலாமா?' என்று விவாதம் நடந்துகொண்டிருந்த காலகட்டம். அத்தகைய ஒரு சூழ்நிலையில்தான் "கல்யாண ரத்துச் சட்டம் மட்டும் சமீபத்தில் ஏற்படாமல் போனால் ஆண்களுக்கும் பெண்களுக்கும் கல்யாண மறுப்பைப் பிரச்சாரம் செய்வேன்" என்று பெரியார் 'மிரட்டினார்'.

ஒரு ஆண் ஒரு பெண்ணைத்தான் திருமணம் செய்துகொள்ள வேண்டும், ஒரு பெண் ஒரு ஆணைத்தான் திருமணம் செய்துகொள்ள வேண்டும் என்பதெல்லாம் கட்டுப்பெட்டித்தனம் என்றார் பெரியார். விருப்பமில்லாமல் ஒரு ஆணுடனோ பெண்ணுடனோ ஒரு பெண்ணோ ஆணோ கடைசிவரை வாழ வேண்டும் என்பது என்ன அவசியம் என்றார் பெரியார். ஆனால், காலப்போக்கில் பெரியாருக்குப் பிறகு நமது தோழர்களிடையேகூட இத்தகைய தெளிவு இல்லை என்றுதான் சொல்லவேண்டும். சமூகம் வலியுறுத்திய போலியான ஒழுக்கக் கட்டுப்பாடுகளை நமது தோழர்களும் ஏற்றுக்கொண்டு வலியுறுத்தினார்கள். எனக்கு நன்றாக நினைவிருக்கிறது. கல்லூரிக் காலத்தில் திராவிடர் கழக மாணவரணியில் இருந்த சமயம். மாணவரணியைச் சேர்ந்தவர்கள் ஏற்கவேண்டிய உறுதிமொழிகள் என்று ஒன்றை வழங்கினார்கள். அதில் 'மது,

சினிமா, புகை போன்ற போதைகளுக்கு ஆளாகமாட்டேன்' என்பதும் ஒன்று. உண்மையில் இவையெல்லாம் பெரியாரியலுக்கு எதிரான அபத்தங்கள்.

இங்கே இப்போது ஒரு கேள்வி எழலாம். குடி, புகை போன்றவற்றால் உடல்நலம் கெடாதா? பொருளாதாரச் சீர்கேடு ஏற்படாதா என்பது. உண்மைதான். ஆனால், குடித்துவிட்டு மனைவியை அடிக்கிற குடிகார ஆண்கள் இருப்பதால் குடியை எதிர்க்கவேண்டும் என்பது நகைச்சுவையானது. மனைவியை அடிக்கக்கூடிய அதிகாரத்தைக் கணவனுக்குக் குடி அளிக்கவில்லை, மாறாக 'மனைவி கணவனுக்கு அடிமை. அவன் அடித்தால் அவள் வாங்கிக்கொள்ள வேண்டும்' என்கிற ஆணாதிக்க நடைமுறைதான் அந்த அதிகாரத்தை ஓர் ஆணுக்கு வழங்குகிறது. 'நமது தோழர்கள் மக்கள் பணியாற்ற வேண்டியவர்கள். சாதி ஒழிப்புக்காகச் செயலாற்ற வேண்டியவர்கள். அவர்கள் குடி, சிகரெட் போன்ற பழக்கங்களை ஏற்படுத்திக்கொண்டு உடல்நலத்தைக் கெடுத்துக்கொள்வது நமது இயக்கச் செயல்பாடுகளுக்குப் பாதிப்பை ஏற்படுத்துமே?' என்று கேள்வி எழுப்பினால் அதில் நியாயம் உண்டு. ஆனால் இதைத் தனிநபருக்கான விருப்பமாகவும் தேர்வாகவும் விட்டுவிடுவதே பெரியாரிய அணுகுமுறை. பெரியார் இறுதிவரை குடிப்பழக்கம் இல்லாதவர். மைனராக வாழ்ந்த காலத்திலேயே தன் வாயிலேயே நண்பர்கள் மதுவை ஊற்றியபோதும் தான் குடிக்காதவர் என்பதை அவர் பதிவு செய்திருக்கிறார். இது அவருடைய தேர்வு. 'குடிப்பது ஒழுக்கக் கேடானது' என்பதற்காக அவர் குடிக்காமல் இருந்ததில்லை. அவருக்கு அதில் விருப்பமில்லை என்பதாலேயே அவர் குடிக்காமல் இருந்தார். ஆனால் குடிப்பழக்கமே இல்லாத பெரியார்தான் மதுவிலக்கு என்பது மனித உரிமை மீறல் என்று கண்டிக்கத் தயங்கவில்லை என்பதை நாம் நினைவில்கொள்ள வேண்டும்.

இங்கே இன்னொரு விவாதிக்கத்தக்க விஷயம், நாமே ஒழுக்கம், கற்பு என்பதெல்லாம் கற்பிதங்கள் என்று விமர்சிக்கிறோம், ஆனால் புராணங்களில் உள்ள 'ஆபாசங்களை' மட்டும் ஏன் விமர்சிக்க வேண்டும் என்கிற கேள்வி. 'ஆபாசம்' என்பதற்கான மதிப்பீடுகள் சமகாலத்தில் மாறியிருக்கின்றன என்பதோடு சேர்ந்து நாம் இந்தப் பிரச்சினை குறித்து விவாதிக்கவேண்டும். பெண் கவிஞர்கள் ஆணாதிக்கத்துக்கு எதிராக தன் உடல்கள் பற்றிய கவிதைகளை எழுத ஆரம்பித்திருக்கிறார்கள். 'இது எங்களுக்கான உடல். காலம் காலமாக இதை ஆணுக்கான உடமையாகக் கருதிக்கொண்டு, ஆண் அழகியலோடு நீங்கள் வர்ணித்துவந்தீர்கள். ஆனால் இது எங்கள் உடல். எங்கள்

உடல் எங்கள் கொண்டாட்டத்துக்கானது. ஆண்கள் உடலுக்கு இல்லாத தனித்துவமும் பிரச்சனைகளும் பெண் உடலுக்கு உண்டு" என்று தங்கள் இலக்கியத்தில் பதிவு செய்கிறார்கள் பெண்ணெழுத்தாளர்கள். மறுபுறத்தில் பெண்களின் இத்தகைய எழுத்துகளை எதிர்ப்பவர்கள் ஒழுக்கத்தை வலியுறுத்தக்கூடிய ஆணாதிக்கவாதிகளே. கோயில் சிற்பங்களில் உள்ள 'ஆபாசத்தை' விமர்சிக்கக்கூடிய ஒரு பெரியாரிஸ்ட், 'ஆபாச' எழுத்துக்கள் என்று விமர்சிக்கப்படக்கூடிய பெண் எழுத்தாளர்களின் எழுத்துக்களை எப்படி அணுகுவது? 'ஆணுக்கும் ஆணுக்கும் பிறந்தவன் அய்யப்பனா?' என்று சுவரெழுத்துப் பிரச்சாரம் செய்கிற பெரியாரிஸ்ட்கள் ஓரினச் சேர்க்கையாளர்கள் தங்கள் உரிமைகளுக்காகப் போராடுவதை எப்படிப் புரிந்துகொள்வது? இத்தகைய கேள்விகள் பெரியாரிய இயக்கங்களில் விவாதிக்கப்பட வேண்டியவை.

ஒருபுறம் இந்துமதமும் அதன் மதிப்பீடுகளை ஏற்றுக்கொண்ட இந்தியச் சமூகமும் சனாதன ஒழுக்கவிதிகளை வலியுறுத்துகின்றன. மற்றொருபுறம் பின்பற்றப்படவேண்டிய முன்மாதிரிகளாக அவை முன்வைக்கும் புராணங்களும் இதிகாசங்களும் அதற்கு நேர்மாறாக இருக்கின்றன. இந்தக் கலாச்சாரப் போலித்தனத்தைத்தான் பெரியார் விமர்சித்தார். இதனடிப்படையில்தான் நமது விமர்சனங்கள் இருக்கவேண்டுமே அல்லாது, நடைமுறையில் உள்ள ஒழுக்கவிதிகளின் அடிப்படையில் அல்ல. மேலும் பெரியார் காலகட்டத்துக்குப் பிறகு, தமிழ் சிந்தனைத்தளத்தில் பல்வேறு விஷயங்கள் விவாதத்துக்கு வந்துள்ளன. உதாரணமாகப் பெண்ணியச் சிந்தனைகளில் பெரியார்தான் உச்சம். பெண் விடுதலை பெறுவதற்காகக் கர்ப்பப்பையையே அகற்றிவிடச் சொல்கிற அளவுக்குக் காத்திரமான சிந்தனைகளை அவர் முன்வைத்தார். ஆனால் அவர் திருநங்கைகள் குறித்துப் பேசவில்லை. காரணம், அப்போது திருநங்கைகளின் உரிமைகள் குறித்த விவாதங்கள் எழவில்லை. ஆனால் கடந்த பத்தாண்டுகளில் அலிகள் என்றழைக்கப்பட்டவர்கள் அரவாணிகள் என்றும் திருநங்கைகள் என்றும் தங்களுக்கான அடையாளத்தைத் தாங்களே உருவாக்கிக்கொண்டு சமூகத்தில் தங்கள்மீது நிகழ்த்தப்படுகிற ஒடுக்குமுறைகள் குறித்தும் தங்களுக்கான உரிமைகள் குறித்தும் பேசத் துவங்கியிருக்கிறார்கள். அதேபோல் ஓரினச் சேர்க்கையாளர்களும் சமூகரீதியிலான புரிதல், சட்டரீதியான அங்கீகாரம் ஆகியவற்றை வேண்டிநிற்கிறார்கள். பெரியார் இப்போது உயிருடன் இருந்திருந்தால் பெண்ணியச் சிந்தனைகளோடு சேர்த்து திருநங்கைகள், ஓரினச்

சேர்க்கையாளர்கள் போன்றவர்களின் உரிமைகளுக்காகவும் பேசியிருப்பார் என்றே கருதுகிறேன். பெரியாரியக்கங்களும் பெரியாரிய சிந்தனைகளின் நீட்சியாக இந்தப் பிரச்சனைகளுக்கு முக்கியத்துவம் அளித்து அணுகவேண்டும்.

இப்போது கட்டுரையின் துவக்கத்தில் எழுப்பப்பட்ட கேள்விக்கு மீண்டும் வருவோம். ஒழுக்கத்தை மறுத்த பெரியார், 'ஒழுக்கம் என்பது பொதுச்சொத்து' என்று ஏன் சொன்னார்? முன்பு சொன்ன moral and ethical values என்ற ஆங்கிலச் சொற்றொடரில் moral என்பது ஒழுக்கத்தைக் குறிக்கிறது. Ethics என்பது அறத்தைக் குறிக்கிறது. ஒழுக்கத்தைத் தீவிரமாக வரையறுப்பவர்கள், கண்காணிப்பவர்கள் வன்முறையையும் அதிகாரத்தையும் கையில் எடுக்கிறார்கள். காதலர்தினம் கொண்டாடக்கூடாது, பப்களில் பெண்கள் குடிக்கக்கூடாது, பெண்கள் பர்தா அணிய வேண்டும், திருமணத்துக்கு முன்பான பாலுறவைப் பேசக்கூடாது என்று வலியுறுத்துகிற இவர்கள்தான் மாரல் போலீஸ்களாக இருக்கிறார்கள். அது இந்துத்துவ மாரல் போலீஸாக இருந்தாலும் சரி, இஸ்லாமிய அடிப்படைவாத மாரல் போலீஸாக இருந்தாலும் சரி, தமிழ்த் தேசிய மாரல் போலீஸாக இருந்தாலும் சரி, ஒரு பெண் எப்படி வாழவேண்டும் என்பதை ஆண் தீர்மானிப்பதுதான் இவர்களது 'ஒழுக்கம்'.

ஆனால் அறம் என்பது பிறர் கட்டாயப்படுத்துவதால் உருவாகுவது இல்லை. மாறாக, அது வாழ்வியல் நடைமுறைகளில் இருந்தே உருவாகுவது. இது சுயேச்சையான அறம். கடவுள், மதம், கலாச்சாரம், சட்டம், சொர்க்கம், நரகம் ஆகிய பூச்சாண்டிகள் அடிப்படையில் 'ஒழுக்கம்'தான் உருவாக்கப்படும். அப்படி உருவாகிற 'ஒழுக்கம்' ரகசியமாக மீறப்படும். ஆனால் அறம் என்பது நீதியின் அடிப்படையில் சுய வாழ்வியல் அடிப்படையில் சமூக நலன்களின் அடிப்படையில் உருவாகுவது. அது வெளியில் இருந்து உருவான விதிகளின் அடிப்படையில் உருவானது இல்லை. தனக்குத்தானே உருவாக்கிக்கொண்ட சுயேச்சை அறம் அது. இதைத்தான் புத்தர் 'உனக்கு நீயே விளக்கு' என்கிறார். 'தீதும் நன்றும் பிறர்தர வாரா' என்பதுதான் தமிழ் அறம். இப்போது பெரியார் சொன்ன 'நம்முடைய மனம் நோகாமலிருக்கப் பிறர் நம்மிடம் எப்படி நடந்து கொள்ள வேண்டும் என்று ஆசைப்படுகிறோமோ அதேபோல் நாம் பிறரிடம் நடந்து கொள்வதுதான் ஒழுக்கம் எனப்படும்' என்பதைப் பொருத்திப் பாருங்கள். எவ்வளவு அழகாகப் பொருந்துகிறது.

மரணதண்டனை கூடாது என்பது ஒழுக்கத்திற்கான குரல் அல்ல, அறத்திற்கான குரல். ஒரு அரசாங்கமே கொலைக்குப்

பதில் கொலை என்று இறங்குவது அறம் இல்லை என்கிற குரல். ஆட்சியாளர்கள் தனிப்பட்ட முறையில் குடிகாரர்களாகவோ ஒன்றுக்கும் மேற்பட்ட கணவன்களையோ/மனைவிகளையோ வைத்துக்கொள்வது என்பது அவர்களது தனிப்பட்ட விவகாரம். ஆனால் பொதுப்பணத்தில் முறைகேடு செய்யக்கூடாது என்பது அறம். இந்த அறத்தைத்தான் பெரியார் 'ஒழுக்கம் என்கிற பொதுச்சொத்து' என்று வலியுறுத்துகிறார். மிகத்தெளிவாகப் புரிந்துகொள்ள பெரியாரின் கீழ்க்கண்ட இரண்டு மேற்கோள்களைப் படியுங்கள்.

> "சுயமரியாதைக்காரர்களாகிய நாமும் தனிப்பட்ட எந்த வகுப்பாருடையவும், சுயநலத்துக்கு மாத்திரம் பயன்படும் எந்த ஒழுக்கத்தையும், தனிப்பட்ட மதவாதிகளுக்கு மாத்திரம் பயன்படும் எந்த ஒழுக்கத்தையும் ஒப்புக் கொள்ளாமல் எல்லா மக்களுக்கும் எந்த வகுப்பாரானாலும், எந்த நிலையிலுள்ளவர்களானாலும், எந்த மதக்காரரானாலும் யாவருக்கும் ஒன்றுபோல் பயன்படும்படியான காரியங்களையே நாம் ஒழுக்கம் என்கிறோம். இதனால் சுயநலத்தையே பிரதானமாய்க் கருதிக் கற்பித்துக் கொண்ட ஒழுக்கங்களை உடைத்தெறிவது சுயமரியாதைக்காரர்கள் கடமை என்பது விளங்கும்.
>
> தாசிக்கு ஒழுக்கம் ஒரு புருஷனையே நம்பி ஒருவனிடத்திலேயே காதலாய் இருக்கக் கூடாது என்பதாகும்.
>
> குல ஸ்திரீ என்பவளுக்கு ஒழுக்கம் அயோக்கியனானாலும், குஷ்ட ரோகியானாலும் அவனைத் தவிர வேறு ஒருவனை மனத்தில் கூட சிந்திக்கக்கூடாது என்பதாகும்.
>
> இதுபோலவே, முதலாளிக்கு ஒழுக்கம் எப்படி வேண்டுமானாலும் யாரையும் ஏமாற்றலாம் என்பதாகும்.
>
> தொழிலாளிக்கு ஒழுக்கம் ஒரு விநாடி நேரம்கூட வேலை செய்யாமல், முதலாளிக்குத் துரோகம் செய்யலாகாது என்பதாகும்.
>
> இந்துவுக்கு ஒழுக்கம்-பசுவை இரட்சிக்க வேண்டும் என்பதாகும்.
>
> முஸ்லீமுக்கு ஒழுக்கம் பசுவைப் புசிக்கலாம் என்பதாகும். இந்து வட்டி வாங்கலாம். முஸ்லீம் வட்டி வாங்கக் கூடாது என்பவை ஒழுக்கம்.
>
> சைவனுக்கு ஒழுக்கம் விபூதி பூச வேண்டும் என்பதாகும்.
>
> வைணவனுக்கு ஒழுக்கம் நாமம் போட வேண்டும் என்பதாகும்.

மாத்துவனுக்கு ஒழுக்கம்-முத்திரை அடித்துக் கொள்ள வேண்டும் என்பதாகும்.

இந்துவுக்கு அக்காள் மகளை, அத்தை மகளைக் கட்டிக் கொள்வதும்; சிற்றப்பன் மகள் தங்கை என்பதும் ஒழுக்கம்.

முஸ்லிம் சிற்றப்பன் மகளைக் கட்டிக் கொள்வது ஒழுக்கம்; அக்காள் மகளைக் கட்டக் கூடாது என்பது ஒழுக்கம்.

ஆகவே, இன்று உள்ள ஒழுக்கங்கள் என்பவைகள் எல்லாம் சட்டம்போல் சம்பந்தப்பட்ட விஷயங்களுக்குப் பொருந்தியவைகளே தவிர, எல்லோருக்கும் பொருந்தியவைகள் அல்ல.”

இது சமூகத்தில் நிலவுகிற நடைமுறை ஒழுக்கம் குறித்த பெரியாரின் கருத்து.

“நான் பக்தியில்லாமல் நரகத்திற்குப் போகிறேன் என்றால் உங்களுக்கு என்ன? நான் போய் விட்டுப் போகிறேன். நான் கடவுளை நம்பவில்லை. அதைக் கொழுக்கட்டை என்று சொல்லுகிறேன். நான் போய்விட்டுப் போகிறேன்; உங்களுக்கொன்றும் நஷ்டமில்லை பாருங்கள். அதனாலே எனக்குப் பக்தி இல்லை என்பதனாலே, உங்களுக்கென்ன நஷ்டம்?

ஆனால் ஒழுக்கமில்லையென்றால் என்னவாகும் பாருங்கள்? நாணயமில்லை என்றால் என்னவாகும்? உண்மை உணர்வு இல்லை என்றால் என்னவாகும்? இது மூன்றும் இல்லாதது, இன்னொரு மனிதனுக்குச் செய்கிற கெடுதிக்குப் பேர்தானே?

ஒழுக்கமாக இல்லை என்றால் எங்கெங்கேயோ ஒழுக்கக் கேடாக நடந்து தொல்லை பண்ணிக் கொண்டிருக்கின்றான்; நாணயமாக இல்லையெனில் யாரையோ ஏமாற்றி வேதனையை உண்டாக்கி இருக்கின்றான். உண்மையாக இல்லை என்றால் என்னத்தையோ எவனையோ ஏமாற்றிப் பொய் பேசித் தப்பிக்க இன்னொரு தவறைக் கொண்டிருக்கிறான் என்றுதானே பொருள்?

ஆகவே ஒழுக்கம், நாணயம், உண்மை என்ற உயர்ந்த குணங்களெல்லாம் பொதுச் சொத்து. மனித சமுதாயத்திலே இது கேடாக இருந்தால் சமுதாயத்துக்குக் கேடு.”

இங்கு பெரியார் ‘ஒழுக்கம்’ என்று குறிப்பிடுவது அறத்தைத்தான். மேலும் நாம் முக்கியமாகக் கவனிக்கவேண்டிய விஷயம் ஒன்றுண்டு. வழக்கமாக மத நம்பிக்கையாளர்கள் நாத்திகர்களாக நம்மைப் பார்த்துக் கேட்கிற கேள்வி, “ஒருவன்

தவறு செய்கிறான் என்றால் அவனைக் கடவுள் தண்டிப்பார், நரகம் கிடைக்கும் என்கிற பயத்தால்தானே அவன் தவறு செய்யாமல் இருக்கிறான்? இப்படி கடவுள், சொர்க்கம், நரகம், மதம் இதையெல்லாம் ஒழித்துவிட்டால் சமூகத்தில் குற்றங்கள் அதிகரிக்காதா?" என்பது. உண்மையில் கடவுளை நம்புபவர்கள்தான் மதமோதல்களிலும் சாதியமோதல்களிலும் ஈடுபடுகிறார்கள், கொலைகள் நடக்கின்றன என்பதுதான் நடைமுறை. உலகின் பெரும்பான்மையான மக்கள் கடவுள் நம்பிக்கையாளர்களே. ஆனால் கொலைகள், திருட்டு, பாலியல் பலாத்காரம், மோசடி நிற்கவே இல்லை. காரணம் இந்தப் பூச்சாண்டிகள் உண்மையில்லை என்பது எல்லோருக்கும் ரகசியமாகத் தெரியும். ஆனால், வெளிப்படையாக ஒப்புக்கொள்ளமாட்டார்கள். இந்த மதங்களும் கடவுள்களும் எப்படி மோசடியானவையோ அதேபோல் அவை வலியுறுத்தும் ஒழுக்கமும் மோசடியானதுதன்.

கடவுளும் மதமும் எங்கள் வாழ்க்கைக்குத் தேவையில்லை என்று சொல்லும் நாத்திகர்கள் நேர்மையாகவும் நாணயமாகவும் இருக்கிறார்கள் என்றால் உலகில் வாழும் அத்தனை மனிதர்கள் மீதும் அன்பு பாராட்டுபவர்களாக இருக்கிறார்கள் என்றால் ஏற்றத்தாழ்வுகளை எதிர்ப்பவர்களாக இருக்கிறார்கள் என்றால், இதையெல்லாம் கடவுள், மத நம்பிக்கையில்லாமல் அவர்களே சுயகட்டுப்பாடுடன் உருவாக்கிக்கொண்டது. இதுதான் அறம். இதை யாரும் வெளியில் இருந்து திணிக்கவில்லை. கடவுளின் இடத்தில் அறத்தை வைத்தார் புத்தர். பெரியாரும் கடவுள், மதத்தின் இடத்தில் அறத்தைத்தான் வைத்தார். இந்த அறம்தான் நமக்கான பொதுச்சொத்து.

- திராவிடர் வாழ்வியல் மலருக்காக எழுதிய கட்டுரை

பெரியாரின் போராட்ட முறைமைகளும் அரச ஆதரவு மற்றும் வன்முறை குறித்த கேள்விகளும்

தனது அய்ம்பதாண்டுகால வாழ்க்கையைத் தமிழக அரசியல் களத்தில் செலவழித்த பெரியாரின் அரசியற் செயற்பாடுகள் பரப்புரை, போராட்டம், எழுத்து என பல்வேறு களங்களில் அமைந்தன. தனது வணிக வாழ்க்கையின் போது கடனைத் திருப்பித் தராத பார்ப்பனரை இசுலாமிய அரசு ஊழியரிடம் ஒப்படைத்ததன் மூலம் தந்தையிடம் செருப்படி வாங்கியதிலிருந்து (1902 ஆம் ஆண்டு) தனது இறுதிக் காலகட்டங்களில் அனைத்துச் சாதியினரும் அர்ச்சகராவதற்காய்க் கருவறை நுழைவுப் போராட்டம் (1973) அறிவித்தது வரை எழுபதாண்டுகாலம் போராட்டங்களின் மீதான அபிமானியாய் வாழ்ந்தவர் பெரியார் ஈ.வெ.ரா.

தனது பேச்சு, எழுத்துப்பிரதிகளில் அவரால் பயன்படுத்தப்பட்ட சொல்லாடல்களைப் புரிந்து கொள்வதன் மூலம் பெரியாரின் செயல்பாட்டின் உளவியலையும், கருத்தாக்கங்கள் பற்றிய அவரது புரிதலையும் அறிந்து கொள்ள இயலும். போராட்டம் என்னும் வார்த்தைக்குப் பதிலாக அவர் 'கிளர்ச்சி' என்னும் வார்த்தையையே பாவித்தார். 'புரட்சி' என்னும் சொல்லாடலின் இடத்தை 'தலைகீழாய்க் கவிழ்ப்பது' என்று நிரப்பினார். 'வன்முறை' என்னும் சொல்லாடலைப் 'பலாத்காரம்' என்னும் சொல்லாடலின் மூலம் பதிலீடு செய்தார்.

பெரியாரின் போராட்டங்கள் முழுமையுமே குறியீட்டழிப்புப் போராட்டங்களாகவே

அமைந்தன. இராமன் உருவப்படம் எரிப்பு, பிள்ளையார் சிலை உடைப்பு, தமிழ்நாடு தவிர்த்த இந்திய தேசப்படத்தைத் தீயிடுதல், தேசியக் கொடியைக் கொளுத்துதல், இந்திப் பெயர் அழிப்பு, பிராமணாள் கபே பெயரழிப்பு என அவர் அறிவித்த போராட்டங்கள் பெரும்பான்மையும் அழித்தல், கொளுத்துதல், உடைத்தல் எனவாறே அமைந்தன. இந்து பார்ப்பனக் குறியீடுகளால் இட்டு நிரப்பப்பட்ட தமிழ்மனங்களினின்று அக்குறியீடுகளை அகற்றுதல், புனிதமெனக் கட்டமைக்கப்பட்ட குறியீடுகளைப் பலரறிய அவமானப்படுத்துதல் என்பதாகவே அவரது போராட்ட வடிவங்கள் அமைந்தன. எனினும் அவரது போராட்டத்தின் இலக்கு பெருந்தெய்வ மற்றும் பெருந்தேசியக் குறியீடுகளை நோக்கியே அமைந்திருந்தன என்பதும் அவரால் இழிவுபடுத்தப்பட்ட தெய்வங்களில் நாட்டார் சிறுதெய்வங்களும் பெண் தெய்வங்களுமில்லை என்பதும் பலரும் கூறியதே.

'தலைகீழாகக் கவிழ்ப்பதுதான் புரட்சி. அதை யாராவது எதிர்த்தால் அந்த வேலையைக் குஷாலாகச் செய்ய வேண்டியதுதான்' என்ற பெரியார், தன்னை 'ஒரு அழிவுவேலைக்காரன்' என்றே பிரகடனப்படுத்தினார். எனவே அவரது போராட்ட வடிவங்கள் தலைகீழாய்க் கவிழ்க்கும் கலகத்தன்மை வாய்ந்ததாய் அமைந்ததில் வியப்பில்லை. ஆனால், அவரது போராட்ட வடிவங்கள் அத்துக்களை மீறுவதாயிருக்க, அவரது போராட்ட முறைமைகளோ அதற்கு நேர்மாறாயிருந்தன.

'அழிவுவேலை' என்பதை நிறுவனங்கள், பிரதிகள், குறியீடுகளை அழித்தொழிப்பதாய் அர்த்தப்படுத்தினாரேயல்லாது தூலமான வன்முறையை அவர் ஆதரித்தாரில்லை. 1953ல் அன்றைய தமிழக முதல்வர் ராஜாஜி குலக்கல்வித் திட்டத்தைக் கொண்டு வந்தபோது,

'திராவிடர் கழகத் தோழர்கள் மண்ணெண்ணையும், தீப்பெட்டியும் வாங்கி வைத்துக் கொள்ள வேண்டும். குலக்கல்வித் திட்டத்தைத் திரும்பப் பெறுவதற்கு ராஜாஜிக்கு கெடு விதிப்போம். அந்த கெடுவிற்குள் அவர் திரும்பப் பெறாவிட்டால் நான் அறிவித்தவுடன் அக்கிரகாரத்தைக் கொளுத்த வேண்டும்'

என்றார்.

3.11.1957 இந்திய அரசியல் சட்டத்தைக் கொளுத்த வேண்டியதன் அவசியம் குறித்து தஞ்சை தனி மாநாட்டில் பேசும்போது குறிப்பிடுகிறார்,

“எனது நாற்பதாண்டு பொது வாழ்க்கையில் ஒருவனைக் கூட உதைத்ததில்லை, குத்தியதில்லை. ஒருவனுக்குக் கூட ஒரு சிறு காயம் பட்டதில்லை, கலவரமில்லாமல் நாசமில்லாமல் எவ்வளவு தூரம் நடக்கலாமோ அவ்வளவுக்கவ்வளவு நல்லது என்று விரும்பி அதன்படி நடப்பவன். வெட்டாமல் குத்தாமல் காரியம் சாதிக்கமுடியாது என்ற நிலைமை வருமானால் சும்மா இருந்தால் நான் மடையன்தானே? ஒரு ஆயிரம் பார்ப்பானையாவது கொன்று, ஒரு இரண்டாயிரம் வீடுகளையாவது கொளுத்தி, ஒரு நூறு பார்ப்பனர்களையாவது அதில் தூக்கிப் போட்டாலொழிய சாதி போகாது என்ற நிலைமை வந்தால் என்ன செய்வீர்கள்?”

என்றெல்லாம் கூடப் பேசினார்.

ஆயினும் இதெல்லாம் அவ்வப்போதைய உணர்ச்சி வெளிப்பாடுகளாய் அமைந்தனவே தவிர பார்ப்பனர்களுக்கு எதிரான வன்முறையை அவர் ஒருபோதும் ஊக்குவித்ததில்லை. அதற்கான மகத்தான உதாராணமாய்க் காந்தி படுகொலை செய்யப்பட்ட 1948 காலத்திய சூழலைச் சொல்லலாம். பாபாசாகேப் அம்பேத்கர் பிறந்த மண்ணாகிய மகாராட்டிரத்தில் பார்ப்பனர்களுக்கு எதிரான வன்முறைச் செயல்பாடுகள் நிகழ்ந்தன. காந்தியைக் கொன்றது பார்ப்பனர் என்கிற உண்மையின் அடிப்படையில் பார்ப்பனர்களுக்கு எதிராய் வன்முறையை ஏவிவிடுவதற்கானதொரு வாய்ப்பாக பெரியார் நினைத்திருந்தால் இதைப் பயன்படுத்தியிருக்கலாம்.

ஆனால், அத்தகைய சாத்தியங்களை அறத்தின் அடிப்படையில் மறுக்கவே செய்தார். 31.01.1948 அன்று திருச்சி வானொலியில் காந்தியின் மறைவு குறித்துப் பேசும் போதும் காந்தியின் சிறப்புகள் குறித்துப் பேசினாரேயல்லாது, பார்ப்பன எதிர்ப்பு குறித்துப் பேசவில்லை. 12.02.1948அன்று காங்கிரசார் ஏற்பாடு செய்த ‘காந்தியார் அனுதாபக் கூட்டத்தில் திராவிடர் கழகத்தவர்களும் கலந்துகொள்ளலாம்’ என்று அனுமதியளித்த பெரியார், ‘அக்கூட்டங்களில் பேச நேர்ந்தால், அனுதாபம் தெரிவித்துக் கொள்வதைத் தவிர வேறு எந்தவிதமான கட்சிப்பேச்சுப் பேசாமல் ஜாக்கிரதையாகப் பேச வேண்டும்’ என்றும் கட்டளை பிறப்பித்தார்.

19.02.1948 அன்று நன்னிலம் அருகிலுள்ள சன்னாநல்லூரில் காந்தி இறந்தபிறகு நடைபெற்ற முதல் பொதுக்கூட்டத்தில் பெரியாரும் கலைஞர் மு.கருணாநிதியும் கலந்துகொண்டு உரையாற்றினார்கள். அப்போது மு.கருணாநிதி கோட்சேயின் பார்ப்பன அடையாளம் குறித்து ஆவேசமாகப் பேசும் போது, பெரியார் பேச்சை இடைமறித்து, ‘காந்தியைக் கொன்றது ஒரு

துப்பாக்கி, அவ்வளவுதான்' என முடித்து வைத்தார். (இந்த சம்பவத்தை மு.கருணாநிதியே பலமுறை தனது உரைகளில் குறிப்பிட்டுள்ளார். ஆனால் திராவிடர் கழகத் தலைவர் கி. வீரமணி எழுதிய 'உலகத்தலைவர் பெரியார் வாழ்க்கை வரலாறு பாகம்2'ல் இது 'விடுபட்டுள்ளது.')

இப்படியான பல்வேறு சம்பவங்களையும், சந்தர்ப்பங்களையும் பெரியாரின் வாழ்க்கையிலிருந்து குறிப்பிட்டுக்கொண்டே போகலாம். அவரது முதலும் முடிவுமான அரசியல் செயற்பாடுகளின் அடிநீரோட்டமாக சாதியழிப்பும் பார்ப்பன எதிர்ப்புமே அமைந்திருந்தன என்பது வெளிப்படை. ஆனாலும் அவரே ஒருமுறை கூறியதுபோல, 'நான் பார்ப்பனர்களை எதிர்க்கிறேனே தவிர வெறுக்கவில்லை. நான் ஏன் பார்ப்பனர்களை எதிர்க்கிறேனென்றால் நான் மனிதர்களை நேசிக்கிறேன்' என்பதாகவே அவரது மனப்பாங்கு அமைந்தது.

பெரியாரின் இத்தகைய வன்முறைமறுப்பு மனோபாவம் என்பது வெறுமனே பார்ப்பன எதிர்ப்பில் மட்டுமல்லாது ஆளும் வர்க்கக் கருவியாகிய அரசின் வலிமை வாய்ந்த ஆயுதநிறுவனமாம் காவல்துறையை எதிர்கொள்வதிலேயும் பிரதிபலித்தது. இதற்கு ஒரு உதாரணமாக 04.08.1948 'விடுதலை' இதழில் பெரியார் எழுதிய 'விளக்கமும் வேண்டுகோளும்' கட்டுரையைக் குறிப்பிடலாம்.

கட்டாய இந்தித் திணிப்பை அப்போதைய ராஜாஜி அரசு கொண்டு வந்த பொழுது, அதற்கெதிரான போராட்டத்தில் தனது தோழர்களை ஆயத்தப்படுத்துவதற்கான அறிக்கையில் பெரியார், திராவிடர் கழகத் தோழர்களுக்கு விதித்த 14 நிபந்தனைகளே அவை. அவற்றில் சில நிபந்தனைகளைக் காண்போம்.

1. போலிஸ்காரரிடம் நமக்கு சிறிதும் வெறுப்பு, கோபம், விரோத உணர்ச்சி இருக்கக் கூடாது.
2. போலிஸ்காரர் முன்வந்ததும் அவரைப் பார்த்து புன்சிரிப்பு காட்டவேண்டும்.
3. கூப்பிட்டால், கைதுசெய்வதாய்ச் சொன்னால், உடனே கீழ்ப்படிய வேண்டும்.
4. போலிஸ்காரர் அடித்தால் மகிழ்ச்சியோடு, சிரித்த முகத்துடன் அடிவாங்க வேண்டும். நன்றாய் அடிப்பதற்கு வசதிகொடுக்கவேண்டும்.
5. போலிஸ்காரர் பக்கத்தில் வந்தவுடன் நீங்கள் மெய்மறந்து பக்தியில் இருப்பதுபோல் ஒரு மகத்தான காரியத்தை

நாம் சாதிப்பதற்காக இந்த அற்ப அதாவது நமது சரீரத்திற்கு மாத்திரம் சிறிது தொந்தரவு, வலிகொடுக்கக் கூடிய காரியத்தை ஏற்கும் வாய்ப்பு (பாக்கியம்) நமக்குக் கிடைக்கிறது என்று வரவேற்கும் தன்மையில் இருக்க வேண்டும்.

6.. போலிஸ்காரர் அடிக்கும் போது தடுக்கும் உணர்ச்சியோ, தடியை மறிக்கும் உணர்ச்சியோ கண்டிப்பாக இருக்கக் கூடாது.

7. அப்படிப்பட்ட தொண்டர், சர்வாதிகாரி யாராக இருந்தாலும் அவர்கள் அருள்கூர்ந்து கிட்டே வரக்கூடாது.

8. போலிசார் சுடுவார்களானால் பொது ஜனங்கள் ஓடலாம் ஆனால் தொண்டர்கள் மார்பைக் காட்டியே ஆகவேண்டும்.

இத்தகைய நிலைப்பாடுகளே பெரியாரின் எல்லாப் போராட்டங்களிலும் தொடர்ந்தது. இன்னொரு உதாரணம் குறிப்பிட வேண்டுமெனில் 1948ல் தமிழக அரசு கருஞ் சட்டைப்படையைத் தடைசெய்த நிகழ்வைக் குறிப்பிடலாம். திராவிடர் கழகத்தின் உதயத்தையொட்டி முழுநேர இயக்கப்பணியாற்றக் கூடிய தோழர்களைக் கொண்ட ஒரு சார்பமைப்பை ஏற்படுத்த வேண்டுமென்பது பெரியாரின் எண்ணமாயிருந்திருக்கிறது. இதனாலேயே 1945ல் கருஞ் சட்டைப்படைக்கான அழைப்பை திராவிடர்கழகம் விடுக்கிறது. என்றபோதும் அந்தத் திட்டம் நடைமுறைக்குக் கொண்டுவராமலேயே கைவிடப்பட்டது. கருஞ்சட்டை அணிதல் என்னும் வழக்கம் அனைத்துத் தோழர்களுக்கும் பரவலாக்கப்பட்டது.

ஆயினும் இல்லாத கருஞ்சட்டைப்படையை 01.03.1948 அன்று தமிழக அரசு தடைசெய்தது.

“நம் இயக்கத்தில் திராவிடர் கழகத்தில் உள்ளோர்க்கு கருஞ்சட்டை அணிய வேண்டுமென்று வேண்டுகோள் விட்டதானது திராவிட சமுதாயத்துக்கு இருந்துவரும் சமுதாய இழிவு நீக்கிக் கொள்ளும் உணர்ச்சியை ஞாபகப்படுத்தவேண்டும் என்பதற்காக ஆகும். இதைக் கழக அங்கத்தினர் பலரும் மற்றும் சில திராவிடர்களும் ஆணும் பெண்ணும் ஆதரித்து அணிந்து வருகிறார்கள்.

இந்தப்படியாகக் கருஞ்சட்டை அணிந்தவர்களுக்கு எந்தவித நிபந்தனையோ எந்தவித ரிஜிஸ்டரோ, சேனைபோன்ற உடையோ யூனிபாரமோ அணிவகுப்போ ஆயுதமோ

மற்றும் இவை போன்ற ஒரு சேனைக்கோ படைக்கோ உள்ள பயிற்சிகளோ மேற்கொண்டது கிடையாது.

இருப்பினும் சென்னை அரசாங்கம் இதை ஓர் அமைப்பாகக் கருதி சட்ட விரோதமாக்கியிருக்கின்றது என்ற போதிலும் நான் திராவிடப் பொது மக்களுக்கு அடிக்கடி தெரிவித்து வருவதுபோல் இது விஷயத்தில் நாம் கழக அங்கத்தினரும் திராவிட பொதுமக்களும் பொறுமையைக் கையாண்டு சாந்தமும் சமாதானமுமாய் நடந்து வரவேண்டுமாய் வேண்டிக் கொள்கிறேன். இதற்கு மாறாக எங்காவது பயிற்சி அணிவகுப்பு இருக்குமானால் அதைக் கண்டிப்பாக நிறுத்திவிட வேண்டும், என்பதைத் தவிர இந்த உத்தரவினால் நமக்குள் எவ்வித மாறுதலும் ஏற்பட்டுவிட்டதாகக் கருதவேண்டாம் என்று தெரிவித்துக் கொள்கிறேன்"

என்று 1.3.1948ல் விடுதலையில் பெரியார் அறிக்கையில் தெளிவுபடுத்துகிறார்.

உண்மையில் கருஞ்சட்டைப்படை மீதான தடை என்பது அடிப்படையில் திராவிடர் கழகத்தைத் தடை செய்வதற்கான முன்திட்டமாகவே இருந்தது. என்றபோதிலும் பெரியார் நிதானம் தவறாது இதை அணுகினார். கருஞ்சட்டைப் படைக்கு தடை விதிக்கப்பட்ட ஒரு வாரத்தில் திருவல்லிக்கேணி கடற்கரையில் ஒரு மாபெரும் பொதுக் கூட்டத்தை ஏற்பாடு செய்த பெரியார், அதில் பேசும்போது,

"இப்படி ஒரு தடையுத்தரவு போடுவதென்றால் சர்க்கார் இக்கழகத்தின்மீது, இதை அழிக்கவேண்டுமென்று கண்வைத்து இருப்பதாகத்தானே அர்த்தம்? பாமரமக்களுக்குத் திராவிடர் கழகத்தின் மீது அநாவசியமான பீதியை உண்டாக்குவானேன்? அவர்களுக்கு எங்கள் கழகத்தின்மீது வெறுப்பு ஏற்படும்படி செய்வானேன்?" என்று மனம் வருந்தியபோதும், "விரைவில் என்னைக் கைது செய்வார்கள். செய்தால் நீங்கள் என்ன செய்யப் போகிறீர்கள்? ஜெயிலை இடித்து சிறை மீட்கப் போகிறீர்களா? அதெல்லாம் மகாமகா முட்டாள் தனம். என்னைப் போலிஸ் ஸ்டேசனுக்கு அழைத்துச் சென்றால் நீங்கள் அந்தப்பக்கம் ஒருவர்கூட வரக்கூடாது"

என்று கூறவும் செய்தார்.

அதேகாலகட்டத்தில் 21.03.1948 அன்று மருங்கூரில் பெரியார் பேசவிருந்த கூட்டத்திற்கு 144 தடையுத்தரவு பிறப்பிக்கப்பட்டது. மக்களின் ஆவேசத்தையும் மீறி தடையை மீறப்போவதில்லை என்று அறிவித்த பெரியார்,

''இன்று மருங்கூர் கூட்டத்திற்கு விதித்துள்ள தடை உத்தரவை மீற வேண்டுமென்று மக்கள் கொண்ட எழுச்சியை நீங்கள் அறிந்ததேயாகும். பல தோழர்கள் என் கார் முன்னதாக மறியலும் செய்தனர். அவ்வுத்தரவு நியாயமோ அல்லது அநியாமோ எவ்வாறிருப்பினும் அதை இன்று உடனே மீறுவதில்லையென்று முடிவு செய்து மக்களுக்கு என்னாலியன்ற சமாதானமும் கூறியுள்ளேன். என்றாலும் உங்களின் மனம் நிம்மதியடையவில்லை என்பதை நான் நன்றாக அறிவேன்.

தடை உத்தரவை மீறவில்லையென்ற காரணத்தால் சிலர் நம்மை வேறுவிதமாகக் கருதலாம். என்னைப் பொறுத்தவரை நான் அவ்விதப் பேச்சுக்களைப் பற்றிக் கவலைப்படுபவனல்லன்.

தடை உத்தரவை சர்வ சாதாரணமாக மக்களுக்கு பயமின்றி மீறுவதென்பது வெறும் வீரர் பட்டத்தையோ அதன்மூலம் ஓட்டு பெறுவதற்கு அல்லது பதவி பெறுபவர்களுக்குச் சுலபமாயிருக்கலாம். அதுவே அவர்களுக்குக் கொள்கையாகவும் பிழைப்பாகவுமிருக்கலாம். ஆனால் நமக்கிருக்கும் பொறுப்பும், லட்சியமும் மிகமிக இன்றியமையாததாகும்''

என்றார்.

இப்படி பெரியாரின் போராட்டங்கள் சட்டம் ஒழுங்கை மீறாத வரம்பிற்குட்பட்டவையாவே இருந்தன. வன்முறை குறித்த அதிருப்தியும் அவரது பேச்சுகளில் பிரதிபலித்தன. ஆனால், வன்முறை, சட்டம், ஒழுங்கு ஆகிய கருத்தாக்கங்கள் குறித்த பெரியாரின் அளவுகோல்கள், புரிதல்கள் மற்றம் அணுகுமுறைகள் எல்லா சந்தர்ப்பங்களிலும் சாதகமான விளைவுகளையே தந்தன என்றோ எதிர் அரசியல் செயற்பாடுகளுக்கு நீதி செய்தன என்றோ சொல்லிவிட இயலாது. அதற்கான சில உதாரணங்களைக் காண்போம்.

ஈரோட்டில் பெரியார் காங்கிரஸ் சார்பாளராகவும், ராஜாஜியின் ஆதரவாளராகவும் இயங்கி நகராட்சித் தலைவர் உள்ளிட்ட பதவிகளில் செயல்பட்டு வந்தாலும், அவரைத் தீவிர காங்கிரஸ்காரராக்கியது ஜாலியன் வாலாபாக் படுகொலைதான். இதை அவரே, 'ஈ.வெ.ரா.வுக்குத் தோன்றியது' என்னும் தனது வாழ்க்கைக் கட்டுரையில் குறிப்பிடுகிறார்.

''பஞ்சாப் படுகொலை நடந்த சமயம், அதன்பயனாய் நாடெங்கும் ஆத்திரம் பொங்கியெழுந்த காலம். பஞ் சாப் படுகொலையைக் கண்டித்து எங்கும் கண்டனக்

கூட்டம். இந்த வருஷம் 1919 என்பது ஞாபகம், இந்த டிசம்பரில் மோதிலால் நேரு தலைமையில் அமிர்தசரசில் காங்கிரஸ் மகாநாடு ஏற்பாடாகியிருந்தது. நானும் ஆச்சாரியாரும் இந்துமித்திரன் கூட்டமும் ஏராளமான மக்களும் சென்றிருந்தோம். அங்குசென்று நேரில் அந்த படுகொலைச் சம்பவங்களைப் பார்த்தபிறகு எனக்கு மிகுந்த ஆத்திரம் வந்தது. நான் தீவிர தேசியவாதியாகிவிட்டேன்."

ஆனால் இத்தகைய கொடூரக் கொலைகளை நிகழ்த்திய ஜெனரல் டயரை உத்தம்சிங் என்னும் இளைஞன் சுட்டுப் பழிதீர்த்தபோது, "ஒரு அனாமதேய இளைஞன் இவ்வழியான மிருகத்தனமான காரியத்தைச் செய்தான். இக்காரியம் உலகோர்முன் இந்தியர்களுக்கு மானக்கேட்டை உண்டுபண்ணும் ஈனக்காரியமாக முடிந்துவிட்டது. உண்மை இந்தியன் ஒவ்வொருவனும் வெட்கப்படுவான்" என்று கண்டித்து அறிக்கை விடுத்தார்.

அதேபோல் சுதந்திரத்திற்குப் பிறகு பல்வேறு சமஸ்தானங்களையும் இந்தியாவோடு இணைக்கும் முயற்சியில் இந்திய அரசு, குறிப்பாக அன்றைய மய்ய உள்துறை அமைச்சர் வல்லபாய் படேல் தீவிரங்காட்டினார். இந்திய அரசு அப்பகுதிகளில் ராணுவ பலங்கொண்டு ஒடுக்கமுயல, அதற்கெதிரான எதிர்வன்முறைச் செயல்பாடுகளும் வெடித்தன. அத்தகைய எதிர் வன்முறை அய்தராபாத்திலும் எதிரொலித்தது.

அய்தராபாத் கலவரத்தை ஆதரிக்காதது மட்டுமல்லாது, இந்திய அரசின் நிலைப்பாட்டை ஆதரிக்கவும் பெரியார் தயங்கவில்லை.

> "நம்மைப் பொறுத்தவரையில் அய்தராபாத்துடன் இந்திய சர்க்கார் போர் தொடுக்குமானால், திராவிடப் பொதுமக்கள் இந்திய சர்க்காரை ஆதரித்தே தீரவேண்டும் எனக்கூறுவோம். பண உதவி மட்டுமல்ல. பெருவாரியாக இராணுவத்திலும் சேர்ந்து அய்தராபாத் குண்டர்களை விரட்டும் திருப்பணியில் ஈடுபடவேண்டியது அவசரமான தொண்டாகும். இந்திய சர்க்காரிடமிருந்து பிரிந்து தனி அரசாக இருக்கவேண்டும் என்பதே நம் குறிக்கோள் என்றாலும், அதற்காகக் குண்டர்களுக்கு அடிமையாவதையோ, அவர்களுடைய காட்டுமிராண்டித்தனங்களுக்கு இரையாவதையோ, உண்மையான எந்தத் திராவிடனும் விரும்பவே மாட்டான். ஆகையால் நம் மாகாணம் அய்தராபாத் வெறியர்களின் அட்டகாசச் செயல்களால் அவதிப்படாமலிருக்க வேண்டுமானால், இந்திய சர்க்காரைக் காட்டிலும் அதிகமான பொறுப்பு நமக்குத்தான் ஏற்பட்டிருக்கிறது."

06.08.1948

நக்சல்பாரிகளை அரசு ஒடுக்கியபோதும் பெரியார் ஆதரித்ததாக ஒரு குறிப்பு கூறுகிறது. பெரியாரின் இத்தகைய நிலைப்பாடுகளுக்கு அடிப்படை வன்முறை மற்றும் சட்டம் ஒழுங்குமீறல் குறித்த அவரது அணுகுமுறையே என்பதை விளக்கத் தேவையில்லை. இதன் உச்சமாக, வெண்மணிச் சம்பவத்தின்போது பெரியார் விடுத்த அறிக்கையைக் குறிப்பிடலாம்.

கடந்த பத்தாண்டுகளாக ஒரு சில தலித் சிந்தனையாளர்கள் மற்றம் பார்ப்பனர்கள் பெரியாரைத் தலித் விரோதியாகச் சித்தரித்து வந்தனர். பெரியாரின் ஒரு சில கூற்றுகளை முன்னும்பின்னும் தொடர்பின்றித் துண்டித்து இதற்காகப் பயன்படுத்தினர். மேலும் கீழ்வெண்மணியில் 1968ஆம் ஆண்டு, 42தலித் மக்கள் உயிரோடு கொளுத்தப்பட்ட சம்பவத்தில் பெரியார் எதிர்வினை எதுவும் ஆற்றாது கள்ள மவுனம் சாதித்தார் என்பது அவர்களின் குற்றச்சாட்டுகளிலொன்றாயிருந்தது.

ஆனால், ‘எழுச்சி தலித்முரசு’ மாத இதழ் (மார்ச் 2006) வெண்மணிச் சம்பவத்தையட்டி பெரியார் விடுத்த அறிக்கையை வெளியிட்டது. மீண்டும் அவ்வறிக்கை விசமப்பிரச்சாரங்கள் செய்யவே அவரது எதிரிகளால் பயன்படுத்தப்பட்டது. எனது நோக்கில் அதை ஒரு தலித்விரோத அறிக்கையாக வாசிப்பு நிகழ்த்த எவ்வித முகாந்திரங்களுமில்லை. என்றபோதும் அது ஒரு வரவேற்கத்தக் அறிக்கையுமல்ல என்பதைக் கூறவேண்டியது அவசியமாகிறது. ஏனெனில் அவ்வறிக்கைகள் குறித்த விசாரணைகள் நம்மை வேறுசில மாற்றுப் பார்வைகளுக்கும், புரிதல்களுக்கும் இட்டுச்செல்லும்.

முதலாவதாக, பெரியார் வெண்மணிச் சம்பவத்தை, ஒழுக்கம் தவறிய ஒரு ‘காலித்தனமான செயலாகவே’ கருதினர் என்பதை அவரது கீழ்கண்ட கூற்றிலிருந்து புரிந்து கொள்ள இயலும்.

> *‘‘காந்தியார் பார்ப்பனர்களுக்கு நல்ல பிள்ளையாகி, தான் ஒரு மகானாக ஆவதற்கு எண்ணி என்றையதினம் மக்களை சட்டம் மீறும்படி(அயோக்கியர்களாகும்படி) தூண்டி விட்டாரோ, அன்றுமுதல் மனித சமுதாயம் ஒழுக்கத்தில் கீழ்நிலைக்குப் போய்விட்டது. சட்டம் மீறுதல் மூலம் சத்தியாக்கிரகம் என்னும் சண்டித்தனம் செய்தல் மூலம் காரியத்தைச் சாதித்துக் கொள்ள மக்களுக்கு காந்தி என்று வழிகாட்டினாரோ, அன்று முதலே மக்கள் அயோக்கியர்களாகவும், காலிகளாகவும் மாறிவிட்டார்கள்’’.*

(விடுதலை 28.12.1968)

மேலும், "......நாட்டுக்குச் சுதந்திரம் கிடைத்து இருபது ஆண்டுகளில் நாட்டில் செல்வாக்கு பெறாத அயோக்கியத்தனம், அக்கிரமம், கொள்ளை, கொலைகாரத்தனம், நாசவேலைகள் என்பவைகளில் ஒன்றுகூட பாக்கியில்லாமல் செல்வாக்கு பெற்று, தினசரியில் நடைபெற்று வருகின்றன. அவை எந்த அளவுக்கு வளர்ந்தன என்றால் 1.காந்தியார் கொல்லப்பட்டார். 2.தலைவர் காமராஜரைக் கொல்ல முயற்சிகள் செய்யப்பட்டன. 3.போலிஸ் அதிகாரிகள் கட்டிப்போட்டு நெருப்பு வைத்துக்கொளுத்தப்பட்டனர். 4.நீதி ஸ்தலங்கள், ரயில் நிலையங்கள் கொளுத்தப்பட்டன. ஜெயில் கதவு உடைக்கப்பட்டது. பலவாகனங்கள் (பஸ்கள்) கொளுத்தப்பட்டன. வழிப்பறிகள் நடந்தன. மற்றும் நிலங்களில் துர் ஆக்கிரகமாகப் பயிர்கள் அறுவடை செய்து கொண்டு போகப்பட்டன. விவசாயிகளின் வீடுகள் கொளுத்தப்பட்டன. 5. கடைசி நடவடிக்கையாக நேற்று முன்தினம் தற்காப்புக்காக ஓடி ஒரு வீட்டிற்குள் ஒளிந்துகொண்டவர்களை வீட்டைப் பூட்டிவிட்டுக் கொளுத்தி, 42 பேரும் கருகிச் சாம்பலாக்கப்பட்டிருக்கிறார்கள்."

பெரியார் மேற்கண்ட சமபவங்களை அடுக்குவதன் மூலம், வெண்மணிச் சம்பவத்தைப் 'பல பிரச்சினைகளில் ஒன்றாகப்' பார்ப்பதையும் அதற்கான அடிப்படை ஒழுக்கமும் நீதியும் தவறிய காலித்தனம் என்றே அவர் கருதுவதையும் உணரமுடியும்.

மேலும் இத்தகைய பிரச்சனைகளுக்கான தீர்வுகளாக அவர் முன் வைப்பது நம்மை இன்னும் திகைப்பிலாழ்த்தும்.

"இவற்றிற்கு ஒரு பரிகாரம் வேண்டுமானால், 'ஜனநாயகம்' ஒழிக்கப்பட்டு 'அரசநாயகம்' ஏற்படவேண்டும்" என்பதோடு மட்டும் நிற்கவில்லை ... "எனவே இன்றைய இந்த நிலை மாறவேண்டுமானால் முதலாவது குறைந்தது...

1. காங்கிரஸ், திராவிட முன்னேற்றக்கழகம் என்கின்ற இரண்டு கட்சிகளைத் தவிர, அரசியல் சம்பந்தமான எல்லா கட்சிகளையும் இல்லாமல் ஆக்கிவிட வேண்டும்.

2. சமுதாயக் கட்சிகள் இருக்கவேண்டுமானால் அவைகளின் கொள்கைகளில், நடப்புகளில் சட்டம் மீறுதல், பலாத்காரம் ஏற்படுதல், ஏற்படும்படியான நிலைமை உண்டாக்குதல் ஆகிய தன்மைகள் இல்லையென்று உறுதிமொழி பெற்றபிறகே அவைகள் அனுமதிக்கப்பட வேண்டும்.

3. எந்தக் கட்சி, ஸ்தாபனம் ஏற்படுத்துவதானாலும் அரசாங்க அனுமதி பெற்றுத் தொடங்க வேண்டும். அந்த அனுமதியும் முதலில் ஒரு ஆண்டுக்கு, பிறகு இரண்டாண்டுகளுக்கு, பிறகு மூன்றாண்டுக்கு என்று அனுமதி கொடுத்து இந்த ஆறாண்டுகாலத்தில் ஒரு தவறு, எச்சரிக்கை பெறுதல் இல்லையானால்தான் காலவரையின்றி அனுமதி கொடுக்க வேண்டும்.

கம்யூனிஸ்டுகள் என்கின்ற பெயரால் எந்தக் கட்சிக்கும் அனுமதி அளிக்கக் கூடாது., இப்போது இருப்பவைகளைத் தடுத்துவிட வேண்டும்."

வெண்மணிச் சம்பவம் தி.மு.க ஆட்சியின்போது நடந்தது என்பதையும் கம்யூனிஸ்ட் கட்சி கட்டிய விவசாயிகள் சங்கத்திற்கு எதிராக கோபாலகிருஷ்ண நாயுடு என்னும் நிலப்பிரபுவால் நிகழ்த்தப்பட்டதே அக்கொடூரம் என்பதையும் கோபாலகிருஷ்ண நாயுடு நீதிமன்றத்தால் விடுவிக்கப்பட்டபோது அவரை வரவேற்றவர் அன்றைய காங்கிரஸ் கட்சிப் பிரமுகரும் இன்னொரு நிலப்பிரபுவுமான கருப்பையா மூப்பனார் என்பதையும் கோபாலகிருஷ்ண நாயுடுவை 'அழித்தொழிப்பு' மூலம் பழிதீர்த்தவர்கள் நக்சல்பாரிப் புரட்சியாளர்கள் என்பதையும் அறிந்தவர்களுக்கு பெரியாரின் மேற்கண்ட 'ஆலோசனைகள்' எவ்வளவு அபத்தமானவை மற்றும் ஆபத்தானவை என்பதை விளங்கிக் கொள்ள இயலும்.

பெரியாரின் இந்த அறிக்கையிலுள்ள பிரச்சினைகளை இரு சிக்கல்கள் வழியாகப் புரிந்து கொள்ளக் கூடலாம்.

முதலாவதாக வெண்மணிச் சம்பவம் அண்ணாதுரை முதல்வராயிருந்த போது நடைபெற்றது. முதன் முதலாக ஒரு பார்ப்பனரல்லாதார் ஆட்சிக்கு இந்த சம்பவம் பெருந்தீங்காய் அமைந்துவிடக் கூடுமென்ற சங்கடம் பெரியாருக்கு இருந்திருக்கலாம்.

ஏனெனில் அவர் காமராசர் ஆட்சியை அதற்குமுன் ஆதரித்தாலும், அவரே ஒரு சந்தர்ப்பத்தில் கூறியிருப்பதைப் போல,

"காங்கிரஸ் ஸ்தாபனத்திலிருக்கின்ற யார் வாயிலும் சாதி ஒழிய வேண்டுமென்று ஒரு வார்த்தை வராது. சாதி ஒழியவேண்டும், சாதி இல்லை என்கின்ற கருத்துடைய எனது மதிப்பிற்குரிய காமராசர் அவர்களே கூட சாதி ஒழிய வேண்டுமென்று வாயால் சொல்ல முடியாதே, சொன்னால் காங்கிரசிலிருக்க முடியாது"

30.05.1973

என்னும் உண்மையையும் அவர் புரிந்து வைத்திருந்தார்.

பெரியார் எப்போதும் தேர்தல் அரசியலின் மீது மரியாதையோ ஈடுபாடோ கொணடவரல்ல. அவரைப் பொறுத்தவரை, 'அர்ச்சகன் பொறுக்கித் தின்ன கோயில், அதிகாரி பொறுக்கித்தின்ன அரசாங்கம்' என்பதைப்போல, 'அரசியல்வாதி பொறுக்கித்தின்ன அரசியல்.'

தேர்தல் அரசியலின் மீதிருந்த அவரின் ஈடுபாடின்மைக்கு சிறந்த உதாரணம் நீதிக்கட்சி, திராவிடர்கழகமாகப் பெயர் மாற்றமடைந்த வரலாறு, 27.08.1944 அன்று சேலத்தில் நடைபெற்ற மாநாட்டிலேயே ஜஸ்டிஸ்கட்சி, திராவிடர் கழகமாக பெயர் மாற்றமடைந்தது என்பதும், இந்த தீர்மானத்தை அண்ணா முன்மொழிந்ததால் இது 'அண்ணாதுரை தீர்மானம்' என்று அழைக்கப்படுகிறது என்பதும் பலரும் அறிந்தது. ஆனால் இந்த 'அண்ணாதுரை தீர்மான'த்தின் பின்னணியைப் பெரியார் விளக்குகிறார்.(உலகத்தலைவர் பெரியார் பக். 155156)

நீதிக்கட்சிக்குத் 'தென்னிந்திய திராவிடர்கழகம்' என்று பெயர் மாற்றுவது என்பதும், திராவிடர் கழகம் தேர்தலில் போட்டியிடாது என்பதும் ஏற்கனவே முடிவுசெய்த ஒன்று. ஆனால், ஜஸ்டிஸ்கட்சியில் பதவி, அதிகாரச் சுகத்தை அனுபவித்தவர்கள் இதைத் தடுக்கப் பல்வேறு முயற்சிகளை மேற்கொண்டனர். 'சண்டே அப்சர்வர்' பாலசுப்ரமணியம், கி. ஆ.பெ விசுவநாதம் ஆகியோர் இதில் குறிப்பிடத்தக்கவர்கள்.

ஒருகட்டத்தில் அண்ணாதுரையும் எதிரிகளின் கையாள் என்று பெரியார் அய்யமுற்றார். ஆனால் அண்ணா, அந்த மாற்று அணித்தலைவர் எழுதிய ஒரு ரகசியக் கடிதத்தைப் பெரியாரிடம் காட்டித் தன்னை நிரூபித்தார். அதனாலேயே ஒரு சிறு மாறுதலோடு தீர்மானத்தை எழுதி, அண்ணாவாலேயே முன்மொழியச் செய்கிறார்.

இதன் மூலம் பெரியாருக்குத் தேர்தல் அரசியலின் மீதான நம்பிக்கையின்மையையும், அண்ணாதுரை போன்றவர்களுக்கு இந்தப் போக்கு சங்கடத்தை எறபடுத்தியதையும் அறியலாம்.

இவ்வாறாக வாழ்நாள் முழுவதும் தேர்தல் அரசியலைப் பெரியார் நிராகரித்த போதிலும், சில சமயங்களில் இன நலனுக்காக அரசுகளை ஆதரிக்கவும் பயன்படுத்தவும் செய்தார். இந்த போக்கின் நீட்சியாகவும் வெண்மணி அறிக்கையைக் கருதலாம்.

ஆனால் ஒரு அரசை எப்படிப் பயன்படுத்துவது (அ)கையாள்வது என்னும் சிக்கல் பெரியாருக்கு மட்டுமில்லை,

எல்லா எதிர் அரசியல் செயற்பாட்டாளர்களுக்கும் சித்தாந்தங்களுக்கும் இருந்திருக்கின்றன.

பார்ப்பனியத்தால் ஒதுக்கி வைக்கப்பட்டிருந்த சூத்திர, பஞ்சம மக்களை அரவணைத்ததன் மூலம் பவுத்தம் மக்கள் மதமாய் மலர்ந்தது. அது அரசமதமாக மாறிய போது இறுகி நிறுவனமயமானது. ''அடிமைகள் பவுத்த சங்கத்தில் சேர்வதால் தனக்கு இடையூறு ஏற்படுகிறது'' என்று ஒரு அரசர் முறையிட்ட பிறகு ''அடிமைகள் தங்கள் ஒப்பந்த காலத்தை முடித்தபிறகே சங்கத்தில் சேரலாம்'' என்றார் புத்தர்.

கம்யூனிச சமூகத்தில் அரசு உலர்ந்து உதிரும் என்றது மார்க்சியம். ஆனால் பல கம்யூனிஸ்டு கட்சிகளின் அரசுகளோ புரட்சிக்குப் பின் இறுகி நிறுவனமயமாகின. பாராளுமன்ற ஜனநாயகத்தின் மீது அபரிதமான நம்பிக்கை கொண்ட அம்பேத்கரால் ஒரு வெற்றிகரமான பாராளுமன்ற அரசியல்வாதியாய் நீடிக்க முடியவில்லை.

பெரியார் அரசுகளை ஆதரித்த போதும் தனது கருத்தியல்களில் சமரசம் செய்துகொண்டவரில்லை 1971ல் சட்டமன்றத் தேர்தலின் போது பெரியார் நடத்திய ராமன் உருவப்பட எரிப்பு போராட்டம் தேர்தலில் திமுகவின் வெற்றிக்கு இடையூறு கொடுக்கக் கூடிய அளவிற்கு நெருக்கடியை கொடுத்தது. என்றபோதும் பெரியார் போராட்டத்தை கைவிட்டாரில்லை.

எப்படி இருந்த போதிலும், அரசு ஆதரவு, எப்படி ஒரு அரசை கையாளுவது அல்லது பயன்படுத்துவது *(How to handle the state?)* என்ற கேள்விகள் இன்னமும் தொடர்கின்றன.

வெண்மணி அறிக்கையின் இன்னொரு பிரச்சனைக்குரிய அடிப்படை அம்சம் வன்முறை, சட்டம் ஒழுங்கு, அதை மீறல் குறித்த பெரியாரின் வழமையான புரிதல்கள்.

காந்தியிடமிருந்து தனது அரசியல் வாழ்க்கையை தொடங்கியபோதும், சில காலங்களிலேயே அவரிடமிருந்து விலகி எதிர்த்திசையில் பயணித்தவர் பெரியார். என்றபோதும் இந்த வன்முறை மறுப்பு மனோபாவம் பெரியாரிடமிருந்த காந்திய அரசியலின் எச்சம் எனலாம்.

அதே நேரத்தில் இன்னொரு அம்சம் குறித்தும் யோசிக்க வேண்டும். காந்தியின் போராட்ட வடிவங்கள் உடலை வருத்தும் முறைமைகளைச் சார்ந்தவை. ஆனால் பெரியார் உடலை வருத்தும் போராட்ட வடிவங்களை நிராகரித்தார். சத்தியாக்கிரகம் சண்டித்தனம் என்பதும், உண்ணாவிரதம் முட்டாள்தனம் என்பதும் அவரது கருத்து.

இருந்தபோதும் தூலமான வன்முறையை அவர் நிராகரித்தார். வன்முறை என்கிற சொல்லாடலிலுள்ள குறைந்தபட்ச உடன்பாட்டுத் தன்மையையும், மென்மையையும், பெரியார் பயன்படுத்திய பலாத்காரம் என்னும் சொல்லாடல் பின்னுக்குத்தள்ளி அதற்கு முற்றிலுமான எதிர்மறை அம்சத்தை வழங்குகிறது.

ஆனால், எப்போதும் வன்முறையை நிராகரிப்பது சாத்தியமா, கிளர்ச்சிகளின்போது தன்னெழுச்சியாய் வெளிப்படும் குறைந்தபட்ச வன்முறை, அரச பயங்கரவாதத்திற்கு எதிரான எதிர் வன்முறைச் செயல்பாடுகள் ஆகியவற்றை எப்படி புரிந்துகொள்வது என்கிற கேள்விகள் மிகவும் முக்கியமானவை.

அதே நேரத்தில் 'எல்லா அதிகாரங்களும் வன்முறையுடனேயே தோன்றின, அவை வன்முறையாலேயே நிலைபெற்றன, அவை வன்முறையாலேயே அழிக்கப்படும்' என்கிற புரட்சிகரச் சூத்திரத்தை அப்படியே இந்தியச் சூழலுக்குப் பொருத்திவிட முடியாது. ஏனெனில் இந்திய ஆதிக்கக் கருத்தியலாகிய பார்ப்பனியம் தூலமான வன்முறைகளை விடவும் கருத்தியல் சார்ந்த வன்முறைகளையே பெரிதும் நம்பியிருக்கிறது.

இந்திய ஆளும் வர்க்க வன்முறை கட்புலனாகா வன்முறையைக் (invisible violence) கைக்கொண்டு பார்ப்பனியத்தை அழித்தொழித்த முன்மாதிரிகளும் நமக்கில்லை, இத்தகைய சூழலில் மக்களை நேசிப்பவர்களும், எதிர் அரசியல் செயற்பாட்டாளர்களும் 'வன்முறை' குறித்த உரையாடலைத் தொடங்க வேண்டியது அவசியமென்றே தோன்றுகிறது.

சில குறிப்புகள்:

1. நக்சல்பாரிகளை அரசு ஒடுக்கியபோது பெரியார் ஆதரித்ததான தகவல், புதியகலாச்சாரம் இதழில் வெளிவந்த 'பெரியாரை வீரமணியிடமிருந்து விடுதலை செய்வோம் வாரீர்' கட்டுரைத் தொடரில் படித்த நினைவு. ஆண்டு நினைவில்லை.

2. சமீபத்தில் திமுக தலைவர் கலைஞர் மு.கருணாநிதியின் 'நெஞ்சுக்கு நீதி முதல் பாகத்தைப்' படிக்கும் வாய்ப்பு கிடைத்தது. 1938 தொடங்கி 1969 வரையிலான நிகழ்வுகளைக் கூறும் அந்நூலில் 1938ல் நடைபெற்ற முதல் இந்தித் திணிப்பு எதிர்ப்புப் போராட்டம் தொடங்கிப் பல்வேறு போராட்டங்களில் மு.கருணாநிதி பங்குபெற்றது விவரிக்கப்படுகிறது. ஆனால், கலைஞரும் சரி, அண்ணாதுரை உள்ளிட்ட திமுக முன்னோடிகளும்

சரி பெரியார் இயக்கத்தில் இருந்தபோதும் மொழிப் போராட்டங்களிலேயே ஈடுபட்டிருந்தார்களே தவிர சாதியழிப்புப் போராட்டங்களில் அல்ல. "1930களுக்குப் பிறகு மொழிப்போர் பெரியாரியக்கத்தின் தன்மையையே மாற்றியது" என ஆய்வாளர் வ.கீதா அடிக்கடி கூறுவதை இங்கு நினைவுபடுத்திக் கொள்ளலாம்.

உதவியவை:

1. பெரியார் ஈ.வெ.ரா. சிந்தனைகள் - ஆனைமுத்து தொகுப்பு
2. திராவிடர் கழகம் வெளியிட்ட 'பெரியார் களஞ்சியம்' தொகுதிகள்.
3. உலகத்தலைவர் பெரியார் - வாழ்க்கை வரலாறு பாகம் 2 - திராவிடர்கழக வெளியீடு.
4. திராவிடத்துவா - சேம்ஜி,
5. அரசியல் சட்ட எரிப்புப் போராட்டம் ஏன்? - பெரியார் திராவிடர் கழக வெளியீடு.
6. பெரியார்கணினி - பேராசிரியர் மா. நன்னன்
7. thamilachi.blogspot.com

ஆயிரத்தில் ஒருவன் - கனவின் மீதேறிப் பறக்கும் மாயக்கம்பளமும் போர்கள் மீதான விசாரணையும்

தமிழ்த்திரைப்பரப்பில் பேசப்படாத பல வெளிகளைத் திறந்துவைத்த பெருமை செல்வராகவன் படங்களுக்கு உண்டு. 'துள்ளுவதோ இளமை' விடலைத்தனத்தின் கொண்டாட்டங்களையும் மீறல்களையும் பதிவு செய்தது எனில், திருமணத்திற்கு முன்னான பாலியல் குறித்த குஷ்புவின் கருத்துகளுக்கெதிராய் தமிழ்க்கலாச்சார ஒழுங்கமைப்பாளர்கள் போராட்டம் நடத்திக்கொண்டிருந்த தமிழ்வெளியில் மிக எளிதாக அதையே காட்சிப்படுத்தி சுலபத்தில் கடந்து மக்கள் ஏற்பையும் பெற்றது '7ஜி ரெயின்போ காலனி'. காதல்கொண்டேனும் புதுப்பேட்டையும் தமிழ் சினிமாவின் உச்சங்கள். குழந்தைத்தொழிலாளர்கள் மீதான பாலியல்வன்முறை, ஒரு அனாதைச்சிறுவனின் சமூக இருப்பு மற்றும் அடையாளச்சிக்கல் குறித்த பதட்டத்தையும் வன்முறை மனத்தையும் பதிவுசெய்த காதல்கொண்டேன் தமிழின் சிறந்த படங்களில் ஒன்று எனலாம். புதுப்பேட்டை லும்பன் அரசியலின் வேர்களையும் அது எவ்வாறு வெகுமக்கள் விரோத ரவுடி அரசியலாய் மாறி விடுகிறது என்பதையும் பகிடிவிமர்சனமாகச் சொன்னது. 'ஆயிரத்தில் ஒருவன்' செல்வாவின் நான்காவது படம்.

செல்வராகவன் படத்தின் கதைநாயகன்கள் எப்போதும் ஓரநிலைத்தொகுதி சார்ந்தவர்கள், பாலியல் குறித்த விழைவை வெளிப்படையாக வெளிப்படுத்துபவர்கள். கதைநாயகிகள் வழமையான

தமிழ்ப்பெண்மையின் அடிப்படைகளாய்க் கட்டப்பட்ட அச்சம், நாணம், மடம், பயிர்ப்பு இன்னபிற குணாம்சங்களைக் கடந்தவர்கள். நாயகன் உள்ளிட்ட ஆண்களின் பாலியல் விழைவுகளையும் முயற்சிகளையும் மீறல்களையும் அனாயசமாகக் கடந்து செல்பவர்கள், அல்லது சுயவிருப்பத்துடனே ஏற்பவர்கள். மீனவர் மகன், அனாதை இளைஞன், அபார்ட்மெண்டில் குடியிருக்கும் அடித்தட்டு சாதியைச் சேர்ந்த வாழ்வியல் நோக்கமற்ற விட்டேற்றி இளைஞன், ரவுடியாய் மாற்றப்படுகிற குப்பத்து இளைஞன் என்னும் வரிசையில் ஆயிரத்தில் ஒருவன் கார்த்தியும் சென்னை சேரியைச் சேர்ந்த ஓர் உதிரிப்பாட்டாளி. நாயகிகள் அனாயசமான துணிச்சல் கொண்டவர்கள், பாலியலை உள்ளிருந்து ஏற்றும் வெளியிலிருந்து வேடிக்கை பார்ப்பவர்களுமானவர்கள். ஆனால் கலாச்சாரத்தளங்களிலான மீறல்கள், அதிர்வுகள், மறைபாதைகளிலூடான பயணங்கள் என தமது முந்தைய சினிமா பேசிய தளங்களிலிருந்து வேறுபட்டு, ஆனால் அதேநேரத்தில் அதன் சில அடையாள மிச்சங்களோடு கதைப்பரப்பில் பயணிக்கிறது 'ஆயிரத்தில் ஒருவன்'.

முதலில் இரண்டு அம்சங்களிலிருந்து விடுபட விரும்புகிறேன். 'ஆயிரத்தில் ஒருவன்' கடந்தகாலத்திற்கும் நிகழ்காலத்திற்குமான புதிர்வட்டப்பாதைகளினூடாய்ப் பயணிக்கிற ஒரு மாயப்புனைவு என்பதால் தர்க்கம் சார்ந்த கேள்விகளை முற்றிலுமாய்த் தவிர்க்கிறேன். இல்லையேல் ஒரே ஒரு கேள்வியால் படத்தை மொத்தமாய்க் காலி பண்ணி விடலாம். புதைகுழிகளையும் சர்ப்பங்களையும் பசியையும் தாகத்தையும் மனப்பிறழ்வையும் உண்டுபண்ணுகிற சோழர்களால் ஏன் வளமையையும் ஆட்சி அதிகாரத்தையும் அல்லது புதிதாய் ஒரு தேசநிலப்பரப்பையும் உண்டுபண்ண முடியவில்லை என்பதே அது. இன்னும் கவித்துவமாகக் கேட்பதென்றால் சோழர்கள் தம்மைப் பின்தொடர்பவர்களுக்கும் பகைவர்களுக்கும் எதிராக உண்டாக்கிய ஏழு தடைகளுள் ஒன்று பசி, அப்படியாயின் சோழர்களுக்குப் பசியை ஏற்படுத்தியது யார்? எனவே தர்க்கங்களுக்குள் நுழைய விரும்பவில்லை.

இரண்டாவதாக, இதை ஒரு ஈழ ஆதரவுப்பிரதியாகப் பார்ப்பது. புலிக்கொடி, ஈழத்தமிழொத்த சோழர்தமிழ், இறுதிப்போர், இந்திய ராணுவ அமைதிப்படையின் வன்புணர்வுமீறல்கள் என பல காட்சிகள் ஈழத்து நிகழ்வுகளை ஒத்திருக்கின்றன என்பது உண்மைதான். ஆனால் பார்த்திபனைப் பிரபாகரனாகவும் ரீமாசென்னை சோனியாவாகவும் அப்படியே பொருத்திப்பார்த்து அதனூடாக விவாதங்களைக்

கட்டியமைப்பது என்பது என்னளவில் உடன்பாடில்லை. அப்படியானால் கார்த்தி யார், எம்.ஜி.ஆரா? ஆம் என்றால் இனி ஈழத்தமிழர்களை மீட்கும் தூதுவனாய் எம்.ஜி.ஆர்தான் உயிர்ப்பிக்க வேண்டும்.

தொல்பொருள் ஆராய்ச்சியாளர்கள் சோழவம்சத்தைத் தேடிச்செல்லும் பாதையில் சோழர்கள் உண்டாக்கும் ஏழுதடைகள் என்பன செவிவழி பாட்டிக்கதைகளில் பயன்படும் ஏழுமலை, ஏழுகடல் புனைவம்சங்களை ஒத்திருக்கின்றன. அவை வெவ்வேறு வகையான குறியீடுகளாய் விரியவும் செய்கின்றன. கடல், காட்டுவாசிகள், காவல்வீரர்கள், புதைகுழி, சர்ப்பம், பசி/ தாகம், மனப்பித்து என்பவை நவீனவாழ்க்கை மனிதசமுதாயத்தில் ஏற்படுத்தும் பல்வேறு சிக்கல்களையும் அழிவுகளையும் பதிலீடு செய்கிறது என்பதாகப் புரிந்துகொள்கிறேன். கடல், காடு, ஆதிவாசிகள் ஆகியவை இன்றைய மறுகாலனியாதிக்க மூலதனப்பசியால் முற்றிலுமாகச் சுரண்டப்பட்டிருப்பது, உலகமெங்கும் வியாபிக்கும் பொருளாதார நெருக்கடிகள் விளைவிக்கும் பட்டினிச்சாவுகள், நீர்க்கொள்ளை, சர்ப்பமாய்ச் சுற்றிவளைக்கும் பாலியல்பிரச்சனைகள், அறமற்ற நுகர்வுக்கலாச்சாரம் உற்பத்தி செய்து பரவ விட்டிருக்கும் மனச்சிதைவு என இவ்வாறாக ஏழுதடைகளைப் புரிந்துகொள்ளலாம் என்று கருதுகிறேன்.

ஆதிவாசிகளை வன்முறை நிறுவனங்களான ராணுவமும் போலீசும்அரசு அதிகாரஇயந்திரவுறுப்புகளும்எவ்வாறு கையாளும் என்பதை செல்வா சரியாகவே காட்சிப்படுத்தியிருக்கிறார். ஆதிவாசிகளை கொன்றொழித்த அடுத்தகணமே அதன் வன்முறை ரீமா மற்றும் அழகம்பெருமாள் வழியாக உதிரிப்பாட்டாளியான கார்த்தியின் மீது பாய்வதை அவதானிக்கலாம். இவ்வாறாக முதல்பாதியின் மாயப்பாதை ஒருசில அரசியல் அர்த்தங்களை உண்டுபண்ணுகிறது. ஆனால் பாலைவனத்தின் மீது படரும் கூத்தாடும் நடராசர் சிலை நிழல்தான் பெரும் உறுத்தல். பிரபஞ்சம் நடராசர் நடனத்தையொத்ததாயிருக்கிறது என்று சொல்லும் பழமைவாதிகளின் குரலுக்கு வலுசேர்க்கிறது அக்காட்சி.

இரண்டாவது பாதி, சோழர்பாண்டிய வம்சங்களுக்கு இடையிலான பகைமை மற்றும் போர்வெறி குறித்தது. பொதுவாக இந்த படத்தைப் புரிந்துகொண்டவர்கள் பார்த்திபன் தலைமையிலான சோழவம்சத்தை உடன்பாட்டுரீதியாகவும் ரீமாசென் மற்றும் எஞ்சிய பாண்டியர் எட்டுபேரை எதிர்மறையாகவுமே அணுகுகின்றனர். ஆனால் தொன்மப்பெருமிதங்களில் ஆழ்ந்த நம்பிக்கை கொண்ட,

தாயகக் கனவோடு வன்முறையைப் பொதிந்து வைத்திருக்கிற, நடப்பு மெய்ம்மை குறித்த எவ்விதப் புரிதலும் சமரசமும் அற்ற சோழர் வம்சத்திற்கும் வன்மம் கொண்ட பாண்டிய வம்சத்திற்கும் பெரிதாய் வித்தியாசங்கள் இல்லை என்றே கருதுகிறேன்.

பசியாலும் தாகத்தாலும் உழன்று சிதைந்த தம் குடிமக்கள் இத்தணூண்டு இறைச்சிக்கும் சில எலும்புகளுக்குமாய்ப் பாயும்போது தடுத்து தாக்குகிற சோழப்பேரரசன் அம்மக்களுக்கான பொற்காலத்தை உண்டுபண்ணுகிற லட்சியக்கனவோடும் இருக்கிறார். எத்தனை வறுமையில் இருந்தபோதும் எலும்பும் தோலுமாய் வற்றிப்போன மக்களைப் பொருதவிட்டு ரத்தவேடிக்கை பார்ப்பதில் மகிழவே செய்கிறார் சோழமன்னன். சாம்ராஜ்யங்கள் இடிந்து விழுந்த பின்னும் பெண்களை ஏவலாட்களாய் பணிப்பெண்களாய் மட்டுமே பயன்படுத்துகிறார். அயல்நாட்டுப் பெண் தன்னோடு 'கூட விரும்புவதே' (அதுவும்கூட தவறான புரிதலோடு) அவளுக்கான வரம்போலவும் பேறு போலவும் பாவிக்கிறார். ஆக அதிகாரத்தின் மீதான பெருவிருப்பமும் நிலப்பிரபுத்துவ மதிப்பீடுகளும் மட்டுமே கொண்ட அந்த 'தாயகம் மீளும் கனவிற்கு'ச் சிறப்புகளோ நியாயப்பாடுகளோ இல்லை. சோறற்று நீரற்று வாழ்ந்தாலும் போரற்று வாழ விரும்பா வன்முறை மனோபாவமே அது.

அந்த மனோபாவத்தின் உச்சம்தான் அந்த ரத்தப்பந்து காட்சி. களத்தில் இருத்தப்பட்ட எல்லோரையும் பழி வாங்கி மீண்டும் மீண்டும் ரத்தம் வேண்டும் வேட்கையோடு வருகிறது அந்த பந்து. ரத்தமும் பிணமும் சுவைத்தபின்னும் பசிதணியாத அந்த பந்து என்பது யுத்தமும் அதிகாரமும்தான். எல்லாம் முடிந்தபின் எஞ்சியிருக்கும் கார்த்தியை எலும்பும் தோலுமாய் இருக்கும் அந்த சிறுவன் அடித்துச் சொல்கிறான், "போ, போய்ச் சண்டை போடு". இது அந்த ரத்தப்பந்தை விட வன்முறையான வார்த்தைகள்.

திரைப்படத்தில் மூன்றுவிதமான ராணுவமும் மூன்றுவிதமான வன்முறைகளும் தொழிற்படுகின்றன. பழியும் வன்மமும் கொண்ட பாண்டிய வன்முறை, பசியையும் தாகத்தையும் புறக்கணித்து அதிகாரத்தின்பாற் பற்று கொண்ட சோழ வன்முறை, நிறுவனமயமாக்கப்பட்ட இந்திய ராணுவ வல்லாதிக்க வன்முறை. இந்த மூன்று வன்முறைகளினூடாகத்தான் எண்ணூற்று சொச்சம் பேரின் வாழ்வும் அழிவும். இப்படியாக இந்த பிரதியை நான் புரிந்துகொள்வதில் பலருக்கும் கருத்துமாறுபாடிருக்கலாம். ஆனால் அதற்கான சாத்தியங்கள் பிரதியில் உள்ளன என்றே

கருதுகிறேன். இனி ஆயிரத்தில் ஒருவனின் பிரச்சனைகளுக்கு வருவோம்.

முதலாவதாக பிரதியின் அடிப்படைப் பலவீனமே சோழப்பேரரசு, பாண்டிய வம்சம் என்னும் அடையாளப்படுத்தல். இதுவே படத்தின் மீதான இப்போதைய சர்ச்சைகளுக்கும் அர்த்தப்படுத்துவதற்கான சாத்தியங்களின் வெளியைக் குறுக்குவதற்குமான காரணமாயுள்ளது. சோழப்பேரரசு என்பது நிறுவனமயமான பேரரசு. ஆனால் படத்தில் காட்டப்படுவதோ இனக்குழு வாழ்க்கை. வேலன் வந்து வெறியாடுதல் முதலான சங்ககாலத்திய சடங்குகள், தாய்த்தெய்வ வழிபாடுகள் என புலிக்கொடி தவிர்த்த மற்றவை அனைத்தும் சோழர்காலத்திற்குத் தொடர்பற்றவையாய் உள்ளன.

குறிப்பாக சோழர்கள் தமிழ் என படம் சொல்லும் தமிழ். இது பெரும்பாலும் ஈழத்தமிழை ஒத்திருக்கிறது என்பது உண்மைதான். (ஒருவேளை சேரப்பேரரசு இப்படியான ஈழத்தமிழ் பேசினால்கூட பரவாயில்லை, மலையாளத்திற்கும் ஈழத்தமிழுக்குமான ஒற்றுமைகள் பல உள்ளன.) சோழர்காலக் கல்வெட்டுகளை அடிப்படையாகக் கொண்டு இந்த தமிழை வடிவமைத்ததாக செல்வா கூறியிருக்கிறார். முதலாவதாக கல்வெட்டுகளில் உள்ள தமிழ் பெரும்பாலும் சமஸ்கிருதமயமாக்கப்பட்ட தமிழ். படத்தில் பேசப்படும் தமிழோ தரப்படுத்தப்பட்ட தமிழாயுள்ளது. இரண்டாவதாக அரசு ஆவணங்களில் பயன்படுத்தப்படும் மொழிதான் மக்கள்மொழியாக இருக்கும் என்பதற்கு எந்த முகாந்திரமும் கிடையாது. உதாரணமாக கல்வெட்டுகளைப் போல நாம் தற்காலத்தில் பயன்படுத்தப்படும் பதிவுப்பத்திரங்களை எடுத்துக்கொள்ளலாம். சுயாதீனமாக, பிதிரார்ஜுதம், கிழமேல் போன்ற பத்திரங்களில் பயன்படுத்தப்படும் தமிழுக்கும் நாம் பேசும் தமிழுக்கும் ஏதாவது தொடர்பு உள்ளதா? துறைசார்ந்த மொழி என்பதும் மக்கள்மொழி என்பதும் எப்போதுமே வெவ்வேறாகவே உள்ளன. மேலும் ஒரு மக்கள் குழுமம் முழுவதும் ஒரே மாதிரியான மொழியைப் பயன்படுத்துவதற்கான சாத்தியங்கள் இல்லை. எனவே சோழப்பேரரசு என்று படத்தில் கட்டமைக்கப்படும் அடிப்படைகளே பலவீனமாக உள்ளன.

மேலும் முதலில் சோழப்பேரரசு, பாண்டிய வம்சம் என்னும் கதைசொல்லலே இந்த பிரதிக்கு அவசியம்தானா என்னும் கேள்வி எழுகிறது. ஏன் வரலாற்று அடையாளங்களற்ற ஒரு 'அ' அரசுக்கும் 'ஆ' வம்சத்திற்கும் இடையிலான பிரச்சினைகளாக இது இருக்கக்கூடாது? மேலும் நான் முன்பு சொன்னதைப் போல போர்வெறி குறித்தும் அதிகாரவிருப்பம் குறித்தும்

இந்த பிரதி பேசுகிறது என்றால் இறுதியில் மீண்டும் அது அதிகாரத்திற்குத்தானே இட்டுச் செல்கிறது? 'சோழன் பயணம் தொடரும்' என்றால் அது மீண்டும் வறுமையிலும் பசியிலும் மக்களை இருத்தி தாயகக் கனவிற்கான களங்களை அமைக்குமா? அந்த வன்முறையை விட என்ன மாதிரியான அடிமைத்தனத்தைத் தாயகமற்ற தன்மையில் அம்மக்கள் அனுபவித்துவிடப் போகிறார்கள்?

இப்படி பல கேள்விகள் பிரதியை நோக்கி இருந்தாலும் செல்வராகவன் உள்ளிட்ட கலைஞர்களின் உழைப்பும் அர்ப்பணிப்பும் பாராட்டத்தகுந்ததே. சோழராசா ஆடும் தொன்ம நடனமும் உதிரிப்பாட்டாளியான கார்த்தி ஆடும் லோக்கல் டப்பாங்குத்துவும் ஒரு புள்ளியில் ஒத்திசைவது, ரீமாசென்னின் அபாரமான நடிப்பு, 'ஓ ஈசா' பாடலின் மாயக்குறியீடுகள் என பல அம்சங்களில் 'ஆயிரத்தில் ஒருவன்' தமிழின் முக்கியமான படம்தான்.

பீப் சாங்கும் தமிழ் இரட்டை மனநிலையும்

சிம்புவின் 'பீப்' பாடலில் உள்ள ஆபாசத்தைவிட முக்கியமானது தொடர்ச்சியாக சமீபகாலங்களில் பெண்களை வஞ்சகர்களாகச் சித்தரிக்கும் மனநிலைதான். பெண் வெறுப்பு என்பதற்குப் பட்டினத்தார் காலத்தில் இருந்து நமக்கு ஒரு நீண்ட மரபு இருக்கிறது. சிம்புவின் பெரும்பாலான படங்கள் பெண் வெறுப்பை முன்வைப்பவை. 'மன்மதன்' அதில் உச்சம். 'பெண்கள் ஆண்களை எளிதில் கழட்டிவிடுபவர்கள்' என்கிற கருத்து சமீபகாலமாக நகைச்சுவைக் காட்சிகள், பாடல்கள் வழியாகப் பரப்பப்படுகிறது. சந்தானத்தின் பெரும்பாலான வசனங்கள் இந்த வகையைச் சேர்ந்தவைதான். இவற்றுக்குத் திரையரங்களில் ஆரவாரத்துடன்கூடிய கைதட்டல்களும் கிடைக்கின்றன. 'ரோமியோ ஜூலியட்'டில் ஜெயம் ரவி பேசக்கூடிய இத்தகைய வசனங்களுக்கும் 'மாரி' தனுஷின் வசனங்களுக்கும் இத்தகைய கைதட்டல்கள் குவிகின்றன. பெரும்பாலும் பி அண்ட் சி சென்டர்களில் இத்தகைய வசனங்களுக்குப் பெருத்த ஆதரவு இருப்பதை மறுக்கமுடியாது.

சிம்புவின் அப்பா டி.ராஜேந்தர் தமிழ் சினிமாவில் காதல் சோகத்தைப் பிழியப் பிழியக் கொடுத்தவர். ஆனால் அத்தனையும் ஆணின் சுயபச்சாதாபம் ஒலிக்கும் பாடல்கள். மின்சார ரயிலில் உடன் பயணிக்கும் கல்லூரித் தோழனைப் பிடித்திருந்தாலும்கூட, காதலுக்குச் சம்மதம் தெரிவிக்காத நாயகி. 'ஒருதலை ராகம்' காலகட்டத்தில் பெண்ணுக்கு அனுமதிக்கப்பட்ட வெளி என்பது மிகக்குறைவு. அப்போதுதான் பெண்கள் பெருவாரியாக வீட்டைத் தாண்டி

வேலைக்குச் செல்லத் தொடங்கியிருந்த காலகட்டம். திருமணத் தேர்வோ பாலியல் தேர்வோ பெண்கள் கையில் இல்லாத காலகட்டம். அப்போது காதல் தோல்வி என்பது ‘குழந்தை பாடும் தாலாட்டாக’வும் ‘மேற்கில் தோன்றும் உதயமாக’வும் ‘இரவு நேரப் பூபாளமாக’வும் மட்டுமே இருந்தது. ‘நான் ஒரு ராசியில்லா ராஜா’ என்று காதல் தோல்வி அடைந்த ஆண் சுய பச்சாதபத்தில் புலம்பித் தவித்தான்.

ஆனால் சிம்புவின் காலம் முற்றிலும் வேறுபட்டது. பெண்களுக்கான வெளி விரிவடைந்திருக்கிறது. முற்றிலுமாக இல்லை என்றாலும் பாலியல் தேர்வு, திருமணத் தேர்வு ஆகியவற்றைத் தீர்மானிக்கக்கூடிய கணிசமான வெளி பெண்களுக்கு உருவாகியிருக்கிறது. சுயேச்சையான பெண்கள் உருவாகும் காலகட்டம் ஆண்களை அச்சுறுத்துகிறதோ என்று நினைக்கிறேன். தங்கள் ஆளுகைக்குக் கீழ் இருந்த பெண்கள் கொஞ்சம் மீறிப்போனாலும் அவர்களை ஏமாற்றுக்காரர்களாகச் சித்தரிக்க ஆண்மனம் துடிக்கிறது.

டி.ஆர் காலத்து காதல் தோல்விப் பாடல்கள் அனைத்தும் சோகப்பாடல்கள். ஆனால் இப்போதைய காதல் தோல்விப் பாடல்கள் சோகப் பாடல்கள் அல்ல. டாஸ்மாக்கில் குடித்து குத்தாட்டம் போடுகிற துள்ளலிசைப் பாடல்கள். ‘பூக்களைத்தான் பறிக்காதீங்க; காதலைத்தான் பிரிக்காதீங்க’ என்று காதலர்களின் பெற்றோர்களைக் குற்றம் சாட்டுபவையல்ல. முழுக்க முழுக்க பெண்களை வசைபாடுபவை இந்தப் பாடல்கள். நன்றாக யோசித்துப் பாருங்கள். காதலர்களைப் பிரிக்கிற வில்லத்தனமான பெற்றோர்களைக்கூட சமீபகால படங்களில் அதிகம் பார்க்கமுடியவில்லை. ‘விண்ணைத் தாண்டி வருவாயா’, ‘ஒரு கல் ஒரு கண்ணாடி’, ‘வாசுவும் சரவணனும் ஒண்ணாப் படிச்சவங்க’ என்று இளைஞர்களைக் கவரும் பெரும்பாலான படங்களில் காதலின் வெற்றியையோ தோல்வியையோ தீர்மானிப்பவளாகப் பெண்ணே காட்டப்படுகிறாள். எனவே ‘அப்பாவி ஆண்களின் காதல் தோல்விக்குக் காரணம் மோசக்காரப் பெண்கள்’ என்கிற கதையாடல் உருவாக்கப்படுகிறது. இப்படியான கதையாடல் சமீபகாலமாகத்தான் உருவானது என்பது கவனிக்கத்தக்கது.

ஒருவேளை ஒரு பெண் ஆணைக் காதலித்து விட்டு கழட்டிவிட்டால்கூட அதில் என்ன தப்பு இருக்கிறது? பாலியல் தேர்வு, திருமணத் தேர்வு, காதல் தேர்வு ஆகியவை பெண்களுக்கு இருக்கக்கூடாதா என்ன? டி.ராஜேந்தர் காதல் தோல்வியில் மருகிக்கொண்டிருந்த காலகட்டத்தில்தான் ரெட்டைவால்

குருவி, சிந்து பைரவி, சதிலீலாவதி என்று வரிசையாகப் படங்கள் வெளியாகின. மடக்கிப்போடுவதும் கழட்டிவிடுவதும் ஆண்களுக்கே உரித்தான உரிமையா என்ன?

ஆனால் அதேநேரத்தில் தமிழ் சினிமா என்பது முற்றிலும் இப்படியான பழமைவாதப் பார்வையோடு மட்டும் இல்லை. எம்.ஜி.ஆர் காலம் தொட்டு கே.எஸ்.ரவிக்குமார், ரஜினி காலம்வரை 'பொம்பளைன்னா இப்படி இருக்கணும், அப்படி நடக்கணும்' என்கிற நான்சென்ஸ் குரல்களை இப்போதைய தமிழ் சினிமாக்களில் அதிகம் பார்க்கமுடியவில்லை. 'பொம்பளை சிரிச்சாப் போச்சு' என்று அபத்தமாகப் பேசிய தமிழ் சினிமாவில் பெண்கள் குடிப்பதே இயல்பாகக் காட்டப்படுகிறது. சில கிலோமீட்டர்கள் தமிழ் சினிமா நகர்ந்திருந்தாலும்கூட சிம்பு போன்றவர்களால் இன்னும் ஆணாதிக்க, நிலப்பிரபுத்துவ மனநிலையிலிருந்து வெளிவரமுடியவில்லை. இது ஏதோ சிம்புவின் பிரச்சனை மட்டுமில்லை. தமிழ்ச்சமூகத்தின் மனநிலைக்கே இப்படியான பிரச்சனைகள் இருக்கின்றன.

80கள் தொடங்கி 90களின் இறுதிவரை பெரும்பாலான தமிழ் சினிமா டூயட் பாடல்களின் சாரம் ஒன்றுதான். ஆண் பெண்ணைப் பாலுறவுக்கு அழைப்பான். பெண்ணோ 'எல்லாம் கல்யாணத்துக்கு அப்புறம்தான்' என்பாள். இந்த ஒரே உரையாடலை வேறு வேறு வரிகளைப் போட்டு நம் பாடலாசிரியர்கள் எழுதியிருப்பார்கள். இப்படி டூயட் பாடல்களில் திருமணத்துக்கு முன்பான பாலுறவுக்கான ஆணின் கோரிக்கையை ரசித்த தமிழ்ச்சமூகம்தான், குஷ்பு 'திருமணத்துக்கு முன்பான பாலுறவு' குறித்துப் பேசியபோது கொதித்தெழுந்தது. விளக்குமாறுடன் குஷ்புவின் வீட்டுக்கு முன்பு குவிந்தது. தமிழகத்தின் பல்வேறு நீதிமன்றங்களில் வழக்குகள் தொடுக்கப்பட்டன. எல்லாம் கொஞ்சகாலம்தான். அடுத்த சில ஆண்டுகளிலேயே செல்வராகவன் '7ஜி ரெயின்போ காலனி' படத்தில் திருமணத்துக்கு முன்பான பாலுறவைக் காட்சிப்படுத்தினார். போராடியவர்கள் எல்லாம் எங்கே போனார்கள் என்று தெரியவில்லை. இப்போதைய படங்களில் நாயகிகள் குடிப்பதோ, ஏ ஜோக் சொல்வதோ, திருமணத்துக்கு முன்பு பாலுறவு கொள்வதோகூட தமிழர்களால் இயல்பாக ஏற்றுக்கொள்ளப்பட்டிருக்கிறது. இன்னொருபுறம் 'பெண்கள் காதலனை ஏமாற்றும் நயவஞ்சகர்கள்' என்கிற பாடல்களையும் ரசிக்கிறது. இதுதான் தமிழ்ச்சமூகத்தின் இரட்டை மனநிலை.

'த்ரிஷா இல்லைனா நயன்தாரா' படத்தை எடுத்துக்கொள்வோம். அதில் உள்ள இரட்டை அர்த்த

வசனங்கள் பலரால் கண்டிக்கப்படுகின்றன. நமது தெருக்கூத்தில் பபூன் பேசும் வசனங்களிலோ, கரகாட்டக் கலைஞர்களின் நடன அசைவுகளிலோ, வெண்ணிற ஆடை மூர்த்தி பேசும் வசனங்களிலோ, தீப்பொறி ஆறுமுகத்தின் மேடைப்பேச்சுகளிலோ இல்லாத ஆபாசமா அதில் இருக்கிறது? உண்மையில் 'த்ரிஷா இல்லைனா நயன்தாரா' படத்தின் பிரச்சனையே வேறு.

படத்தின் நாயகன் 'வெர்ஜின் ஆண்'. 'நான் வெர்ஜின் ஆண். எனக்கு வெர்ஜின் பெண் வேண்டும்' என்கிறான். ஆனால் அவனுக்கு 'வெர்ஜின் பெண்'ணே கிடைக்கவில்லை. பிறகு அந்த 'வெர்ஜின் பையன்' பெண்களுக்கு சாபம் விடுகிறான். சரி, அவன் ஏன் வெர்ஜின்? அவனுக்கும் பாலுறவு கொள்ள சில சந்தர்ப்பங்கள் அமைகின்றன. ஆனால் ஒருமுறைகூட அவனால் அதை வெற்றிகரமாக 'நிறைவேற்ற முடியவில்லை'. வேறு வழியில்லாமல் அவன் வெர்ஜினாக இருக்கிறான். அவனுக்குப் பாலுறவு தேவை. அது அவனுக்குக் கிடைக்கவில்லை. வேறுவழியில்லாமல் வெர்ஜினாக இருப்பவன், வெற்றிகரமாகப் பாலுறவு கொண்ட பெண்களைத் தூற்றி, சாபம்விடுகிறான். இந்த 'வேறுவழியில்லாத வெர்ஜினிட்டி'தான் தமிழ்ச்சமூகத்தின் மனநிலையே. உண்மையில் இதுதான் ஆபாசம்.

சிம்பு போன்றவர்களுக்கோ 'பெண்கள் ஆண்களை ஏமாற்றுகிறார்கள்' என்ற மாபெரும் பிரச்சனை தவிர உலகத்தில் வேறு எந்தப் பிரச்சனையும் கிடையாது. ஓப்பீட்டளவில் பெண்களுக்குத் தங்கள் துணையைத் தேர்ந்தெடுத்துக்கொள்கிற வெளி கிடைத்திருக்கிறது என்று நான் மேலே கூறியது உண்மைதான். ஆனால் முழு உண்மையல்ல. நகரங்களில் பெண்களுக்கு தேர்வுக்கான வெளி உருவாகியிருக்கும் காலகட்டத்திலேயே சென்னைக்கு அப்பால் சாதி மீறிப் பெண்கள் காதலிப்பதால் கௌரவக்கொலைகள் நடக்கின்றன. 'பெண்கள் சாதிக்குள்ளேயேதான் காதலிக்கவேண்டும்' என்று சாதியத் தூய்மைவாதம் பேசும் புதுப்புது சாதித்தலைவர்கள் அவதாரம் எடுக்கிறார்கள். அவர்களுக்கு அந்தச் சாதியைச் சேர்ந்த கணிசமான இளைஞர்களின் ஆதரவு கிடைக்கிறது. இந்த உளுத்துப்போன பழமைவாத சாதியச் சிந்தனையை ஃபேஸ்புக், வாட்ஸ்அப் என்று தொழில்நுட்பம் உருவாக்கிக்கொடுத்திருக்கும் நவீன ஊடகங்கள் வழியாக இளைஞர்கள் பரப்புகிறார்கள். இது எவ்வளவு மோசமான சூழல்? ஆனால் தமிழ் சினிமாவோ காதலைப் பிரிக்கும் வில்லத்தனமான பெற்றோர்களைக்

காட்சிப்படுத்துவதைக்கூட கைவிட்டுவிட்டு 'பெண்கள் வஞ்சகர்கள்' என்று பாடித்திரிகிறது.

பீப் சாங்கை எதிர்க்கும் பெரும்பாலான போராளிகளும் இத்தகைய இரட்டைமனநிலை கொண்டவர்கள்தான். அவர்களுக்கு அந்தப் பாடலில் கெட்டவார்த்தை இடம்பெற்றிருப்பது ஒன்றுதான் பிரச்சனை. அந்த பீப் மட்டும் இல்லாவிட்டால், பெண்களை வஞ்சர்களாகச் சித்தரிக்கும் நூற்றுக்கணக்கான பாடல்களில் இதுவும் ஒரு வெற்றிகரமான பாடல். 'ஆபாசத்தை' எதிர்ப்பது எளிதான ஒன்று. அதற்கு போலியான கலாசாரச் தூய்மைவாத மனநிலை இருந்தால் மட்டும் போதும். உண்மையில் இருப்பதிலேயே ஆபாசமானது தமிழ்ச்சமூகத்தின் போலியான இரட்டை மனநிலைதான்.

எம்.ஜி.ஆர், ரஜினி, அஜித் : பிம்பங்களுக்குப் பின்னால்....

தமிழ்க் கலாச்சாரம் என்பதே கடந்த பல பத்தாண்டுகளாக தமிழ் சினிமாவோடு பிணைக்கப்பட்டது. தமிழர்களுக்கு இசை என்றால் திரையிசை; இலக்கியம் என்றால் சினிமா பாடல்கள்; 'தத்துவம்' என்ற சொல்லின் விரிவான பொருளை ஒதுக்கிவைத்துவிட்டு 'சட்டி சுட்டதடா, கைவிட்டதடா', 'போனால் போகட்டும் போடா' போன்ற வாழ்வின் நிலையாமையைச் சொல்லும் கண்ணதாசனின் பாடல்களைத் 'தத்துவப் பாடல்கள்' என்று வரித்துக்கொண்டவர்கள் தமிழர்கள். இன்னும் சொல்லப்போனால் சொலவடைகளும் பழமொழிகளும் நிரம்பியவை தமிழரின் மரபு. ஆனால் சமீபமாகச் சொலவடைகள், பழமொழிகளின் இடத்தை வடிவேலுவின் நகைச்சுவை வசனங்களும் பிரபல நாயகர்களின் பஞ்ச் டயலாக்குகளும் பதிலீடு செய்கின்றன. இப்படியாக மொழி அமைப்பு தொடங்கி அன்றாட வாழ்வு வரை தமிழ்க்கலாச்சாரமும் தமிழ் சினிமாவும் பின்னிப்பிணைந்துள்ளன. வெவ்வேறு காலகட்டங்களில் தமிழர்களால் உச்ச நாயகர்களாகக் கொண்டாடப்படும் மூன்று நடிகர்கள் குறித்து இந்தக் கட்டுரை ஆராய முயல்கிறது. மாறிவந்த ரசிகமனோபாவத்தின் வழியாகத் தமிழ்ச்சூழலைப் புரிந்துகொள்ளும் முயற்சி இது என்றும் சொல்லலாம்.

தொடக்கத்தில் இருந்தே இருமை எதிர்வுகளாக எதிரிணை நாயகர்களை உருவாக்கிக் கொண்டாடுவது தமிழ் ரசிக மனோபாவத்தின் அடிப்படை. தியாகராஜ பாகவதர் பி.யு.சின்னப்பா,

எம்.ஜி.ஆர் சிவாஜி, ரஜினி கமல், அஜித் விஜய், சிம்பு தனுஷ், சிவகார்த்திகேயன் விஜய்சேதுபதி என்று அது தொடர்கிறது. பொதுவாகத் தமிழர்கள் பிம்பங்களின் அடிப்படையிலேயே தங்களுக்கான உச்ச நாயகர்களை உருவாக்கிக்கொள்கிறார்கள். திரையில் அந்த நடிகர்கள் ஏற்று நடிக்கும் பாத்திரங்கள் வழியாகக் கட்டமைக்கப்படும் பிம்பங்கள் மற்றும் அவர்களது தனிப்பட்ட இயல்புகள் குறித்த தகவல்களின் அடிப்படையிலான பிம்பங்கள் என இருவகையான பிம்பங்கள் வழியாகவும் உச்ச நாயகர்கள் உருவாக்கப்படுகிறார்கள். இந்த பிம்பங்கள் எம்.ஜி.ஆர், ரஜினி, அஜித் காலகட்டங்களில் எப்படி மாறிவந்திருக்கிறது என்று பார்க்கலாம்.

எம்.ஜி.ஆர் சிவாஜி, ரஜினி கமல் என்ற வரிசையில் அஜித் விஜய் என்ற எதிரிணை நாயகர்களை வைப்பது கொஞ்சம் குழப்பமானதுதான். காரணம், எம்.ஜி.ஆருக்கும் சிவாஜிக்கும் இடையில் ரஜினிக்கும் கமலுக்கும் இடையில் சில துல்லியமான வித்தியாசங்கள் இருந்தன. சிவாஜியும் கமலும் நடிப்புக்குச் சவால் விடும் பாத்திரங்களை ஏற்றவர்கள். நாயகப் பிம்பங்களைப் பற்றிக் கவலைப்படாமல் குடிகாரனாக, மனநோயாளியாக, தேசத்துரோகியாக, திருடனாக, நோயாளியாக, பெண் பித்தராக...என்று இப்படிப் பல பாத்திரங்களை ஏற்றவர்கள். பாத்திரங்களுக்கு ஏற்றவாறு தங்கள் உருவைச் சிதைத்துக்கொண்டவர்கள். ஆனால் எம்.ஜி.ஆரோ ரஜினியோ இப்படியான பரிசோதனை முயற்சிகளில் தங்களை ஈடுபடுத்திக்கொண்டவர்கள் கிடையாது. அடிப்படையில் எம்.ஜி.ஆர் படங்கள் என்பவை உருமாற்றப்பட்ட நீதிக்கதைகள்தான். எம்.ஜி.ஆர் என்றால் தொழிலாளிகளுக்காகக் குரல் கொடுப்பவர், தாய் சொல்லைத் தட்டாதவர், அம்மாவுக்காக எதையும் தியாகம் செய்பவர், இரண்டு பெண்களால் காதலிக்கப்படும் வசீகரம் நிறைந்தவர், ஆனால் பெரும்பாலும் ஏழைப் பெண்ணையே காதலித்து மணம் முடிப்பவர், சட்டத்தை மீறாதவர், தேசத்தைக் காப்பவர், பெண்களின் மானத்தைக் கொடியவர்களிடமிருந்து காப்பாற்றுபவர் என்ற பிம்பங்களின் அடிப்படையிலானவை அவரது படங்கள். ரஜினி நாயகனாக உருவாகிவந்த 80களின் காலகட்டம் வறுமையும் வேலையில்லாத் திண்டாட்டமும் நிறைந்த காலகட்டம். அதனால் 'கோபக்கார இளைஞன்' பாத்திரங்களை அவரது தொடக்ககாலப் படங்கள் பிரதிபலித்தன. பின்பு அதோடு பாம்பைக் கண்டாலே பயப்பட்டு நடுங்கும் அப்பாவி இளைஞன், திமிர் பிடித்த பெண்ணை அடக்கும் வீரமுள்ள ஆண்மகன், மத நம்பிக்கையும் பக்தியும் கொண்ட இளைஞன் போன்ற பிம்பங்களும் அவர்

படங்களில் இணைந்துகொண்டன. எப்படிப் பார்த்தாலும் அடிப்படையில் எம்.ஜி.ஆர் படங்களைப் போலவே ரஜினி படங்களும் ஏழைகளுக்காகக் குரல் கொடுக்கும், அம்மா, தங்கை போன்ற பெண்கள் மீது பாசம் பொழியும் நேர்மையான இளைஞன் என்ற பிம்பங்களின் அடிப்படையில் அமைந்தவையே.

மிகமுக்கியமாக சிவாஜியும் கமலும் படத்தின் இடையிலோ இறுதியிலோ மரணமடைவது போன்ற காட்சிகளை வைக்கத் தயங்காதவர்கள். அந்த நாள், பாசமலர் என்று சிவாஜிக்கும் வாழ்வே மாயம், குருதிப்புனல் என்று கமலுக்கும் பல படங்களைச் சொல்லலாம். ஆனால் எம்.ஜி.ஆர் இறப்பதை அவரது ரசிகர்கள் விரும்புவதில்லை. அவர் இறந்ததைப் போல் நடித்த 'ராஜா தேசிங்கு' ஒரு படுதோல்விப்படம். ரஜினியோ செத்தாலும்கூட உயிர்த்தெழுவார். 'அதிசயப்பிறவி' படத்தில் ஒரு ரஜினி இறந்தாலும் அச்சு அசல் இன்னொரு ரஜினி இருப்பார். 'சிவாஜி' படத்தில் சிவாஜியாக 'இறக்கும்' ரஜினி 'எம்.ஜி.ஆராக' உயிர்த்தெழுந்து தலையில் தாளமிட்டபடியே தோன்றுவார்.

இப்படி எம்.ஜி.ஆர் சிவாஜிக்கு இடையிலும் ரஜினி கமலுக்கு இடையிலும் துல்லியமான கோட்டை நம்மால் வரையமுடியும். ஆனால் அஜித் விஜய்க்கு இடையில் அப்படியான துல்லியமான வித்தியாசங்களைச் சொல்லமுடியாது. இருவரும் தொடக்ககாலங்களில் காதல் படங்களில் நடித்ததன்மூலம் இளமை நாயகர்களாகத் தங்களை நிறுவிக்கொண்டவர்கள். பிறகு 'ரெட்' படத்தின் மூலம் அஜித்தும் 'திருமலை' படத்தின் மூலம் விஜயும் ஆக்ஷன் அவதாரம் எடுத்தார்கள். ஒருவரை ஒருவர் சீண்டும் பஞ்ச் டயலாக்குகள், துவக்கக் காட்சிப் பாடல்கள் என இருவரின் படங்களும் ஒரேமாதிரியானவை. இருவருமே சவாலான பாத்திரங்களை ஏற்று நடித்தவர்கள் இல்லை. பிறகு ஏன் எம்.ஜி.ஆர், ரஜினி வரிசையில் விஜயை இணைக்காமல் அஜித்தை மட்டும் எடுத்துக்கொள்ளவேண்டும்? காரணம், எம்.ஜி.ஆர், ரஜினிக்கு இருந்ததைப்போலவே அஜித்துக்கும் வெறித்தனமான ரசிகர்கள் இருக்கிறார்கள். இதனாலேயே சமீபகாலத் திரைப்படங்களில் தொடர்பேயில்லாமல்கூட அஜித்தின் பெயரோ, படமோ, சினிமா போஸ்டரோ இடம்பெறுகிறது. அப்படி அஜித்தின் பெயர் சினிமாக்களிலோ அல்லது தொலைக்காட்சி நிகழ்ச்சிகளிலோ உச்சரிக்கப்படும்போதெல்லாம் ஆரவாரம் விண்ணைப் பிளக்கிறது; விசில் பறக்கிறது.

சரி, 'ஏன் உங்களுக்கு அஜித்தைப் பிடிக்கிறது?' என்று கேட்டால் வரக்கூடிய பதில்கள், 'அஜித் தன்னம்பிக்கை கொண்டவர்; எந்த சினிமா குடும்பப் பின்னணியும் இல்லாமல் முன்னுக்கு வந்தவர்; நிறைய அறுவைச்சிகிச்சைகள் செய்துகொண்டவர், ரேஸில் ஆர்வமுள்ளவர், நன்றாகப் பிரியாணி சமைப்பவர், விளம்பரங்களை விரும்பாதவர்'. சரி, இதனால் ஒரு நடிகரை வெறித்தனமாகப் பிடிக்கவேண்டுமா? ஒரு நடிகரின் வேலை சிறப்பாக நடிப்பதுதானே என்று கேட்டால் பதில் இருக்காது. 'எம்.ஜி.ஆர் கொடைவள்ளல்' என்று திரைக்கு வெளியிலான பிம்பங்களின் அடிப்படையில் அவருக்கான அபிமானம் கட்டப்பட்டதைப்போல அஜித் மீதான முரட்டுத்தனமான அபிமானங்களின் அடிப்படை, அஜித் பற்றி திரைக்கு வெளியே கட்டப்பட்ட பிம்பங்கள்தான். சினிமாவில் எம்.ஜி.ஆரும் ரஜினியும் நாயகர்களுக்கு என்று உருவாக்கிய பிம்பங்களில் இருந்து விலகியவை அஜித்தின் பிம்பங்கள். இதை அஜித்தின் சாதனை என்று சொல்லமுடியாது. மாறிவந்துள்ள ரசிக மனோபாவமும் அதற்கு அடிப்படையான சமூகபொருளாதாரச் சூழலும்தான் முக்கியமான காரணங்கள் என்பதைப் புரிந்துகொள்ளலாம்.

அஜித்தை விரும்புவதற்கான முக்கிய காரணமாக அவரது ரசிகர்கள் சொல்வது, 'அவர் தானாகவே முன்னுக்கு வந்தவர்' என்பது. எம்.ஜி.ஆர், ரஜினி காலத்தைவிட இப்போது தமிழ்த்திரையுலகில் சினிமா குடும்ப வாரிசுகளின் ஆதிக்கம் அதிகரித்துள்ளது. நாயகர்கள் என்றால் விஜய், சூர்யா, கார்த்தி, சிம்பு, தனுஷ், விக்ரம்பிரபு, ஜெயம் ரவி, நாயகிகள் என்றால் கீர்த்தி சுரேஷ், ஸ்ருதிஹாசன், வரலெட்சுமி, இசையமைப்பாளர்கள் என்றால் கார்த்திக் ராஜா, யுவன்ஷங்கர் ராஜா, ஜி.வி.பிரகாஷ், பாடலாசிரியர்களில் மதன் கார்க்கி என்று சினிமா குடும்பங்களில் இருந்து வாரிசுகளின் வருகை அதிகரித்துள்ளது. மேலும் தமிழக அரசியலில் மேலோங்கியுள்ள குடும்ப அரசியலின்மீதான வெறுப்புகூட அஜித்தின் 'தானாக முன்னுக்கு வந்தவர்' என்ற பிம்பத்துக்குப் பெருகும் ஆதரவுக்குக் காரணமாக இருக்கலாம். மீண்டும் எம்.ஜி.ஆர், ரஜினி, அஜித்துக்குத் திரும்பலாம்.

எம்.ஜி.ஆர் படங்களில் அநீதிக்கு எதிரான போராட்டமாக இருந்தாலும் அதில் வன்முறை மட்டுப்படுத்தப்பட்டே இருக்கும். சண்டைக்காட்சிகளும்கூட திருவிழாவில் வேடிக்கை பார்க்கிற கேளிக்கை மனோபாவத்தின் அடிப்படையிலானதாக இருக்குமே தவிர ரத்தம் கொப்பளிக்கும் வன்முறைக்காட்சிகளாக இருக்காது. முக்கியமாகப் பல எம்.ஜி.ஆர் படங்களின் இறுதியில் வில்லன்கள் மனம் திருந்திவிடுவார்கள் அல்லது காவல்துறையிடம் ஒப்படைக்கப்படுவார்கள்.

‘அநீதி இழைப்பவர்கள் மனம் திருந்துவதும் சட்டப்படி தண்டிக்கப்படுவதும்’ மட்டுமே எம்.ஜி.ஆர் படங்களின் நோக்கமே தவிர, முற்றிலுமாக எதிரிகளை அழித்தொழிப்பது இல்லை. அன்றைய காலகட்டத்தில் செல்வாக்குப் பெற்றிருந்த காந்திய அரசியல், பெரியாரின் தலைமையிலான சுயமரியாதை விடுதலை அரசியல், அண்ணாவின் தலைமையிலான திராவிட அரசியல் என எல்லாமே சாத்வீகப் போராட்டங்களை அடிப்படையாகக் கொண்டவை. அவை எம்.ஜி.ஆர் படங்களிலும் பிரதிபலித்தன. ஆனால் ரஜினி படங்களிலோ வன்முறை நிறைந்த சண்டைக்காட்சிகளும் எதிரிகளைத் தாக்கிக் காயப்படுத்துவதுமான காட்சிகளே நிறைந்திருந்தன. அஜித்தின் படங்களிலோ அது எதிரிகளை அழித்தொழிப்பதாக உச்சம் பெற்றன. குறைந்தபட்சம் அய்ந்து படங்களிலாவது அஜித் துப்பாக்கியும் கையுமாக அலைந்திருப்பார்.

எம்.ஜி.ஆர் படங்களில் தன்னை ஒழுக்கவாதியாக நிறுவிக்கொண்டவர். குடிக்கும் புகைக்கும் தடை. தப்பித்தவறிக் குடித்தாலும் ‘தைரியமாகச் சொல் நீ மனிதன்தானா?’ என்று தன்னைத்தானே கேள்வி கேட்டுக்கொண்டவர். ஆனால் ரஜினியோ சிகரெட்டைத் தூக்கிப்போட்டு வாயில் கவ்வியபடியே அறிமுகமானவர். அவருக்கான ஆரவாரமான வரவேற்பு அந்த ஸ்டைலான சிகரெட் காட்சிகள் மூலமே அமைந்தன. அஜித்தோ ‘சத்தியமா இனிமே குடிக்கக்கூடாது’ என்று ‘மங்காத்தா’வில் ஹேங் ஓவரில் புலம்புபவர். வெறுமனே பழக்கவழக்கங்களின் அடிப்படையிலான மதிப்பீடுகள் மட்டுமல்ல, அடிப்படை அறவியல் மதிப்பீடுகள்கூட எம்.ஜி.ஆர் காலத்துக்கும் அஜித் காலத்துக்கும் மாறிவந்திருப்பதை அவர்களது படங்களை ஆராய்ந்தால் புரிந்துகொள்ளலாம்.

எம்.ஜி.ஆரைப் போல் அல்லாமல் ரஜினி குடிக்கும், புகைக்கும் காட்சிகளில் நடித்தாலும் அடிப்படையில் ரஜினியும் அநீதியை எதிர்த்த, நீதியின் பக்கம் நிற்கும் நாயகன்தான். அடிதடி, தகராறில் ஈடுபடுபவராக இருந்தாலும் பிறகு மனம் திருந்தி நேர்வழியில் செல்பவர் (உதாரணம்: நல்லவனுக்கு நல்லவன்). அடிப்படையில் நாயகர்கள் என்பவர்கள் நீதியை நிலைநாட்டும் நேர்மையாளர்கள், சொந்த வாழ்க்கையில் தன் கண் முன்னே நடக்கும் தவறுகளைத் தட்டிக் கேட்கமுடியாத பார்வையாளர்களுக்கான பிம்ப வடிகால்கள் என்று எம்.ஜி.ஆரும் ரஜினியும் கட்டமைத்த பிம்பங்களை ‘மங்காத்தா’ மூலம் உடைத்தவர் அஜித். அங்கு நீதியில்லை; அறமில்லை; எந்த மதிப்பீடுகளும் தேவையில்லை. பணம், பணம், பணம்.....*(Money,*

Money, Money) அதுமட்டும்தான் வாழ்வுக்குத் தேவை; அதற்காக எதையும் செய்யலாம். பெண்களை நேசிப்பது, அவர்களைக் காப்பாற்றுவது என்று எம்.ஜி.ஆர், ரஜினி படங்களில் இருக்கும் பிம்பங்கள் 'மங்காத்தா'வில் முற்றிலுமாக தலைகீழானது. பணத்தைக் கொள்ளையடிப்பதற்காகத்தான் த்ரிஷாவிடம் பொய்க்காதல், காதலியின் தந்தையை ஓடும் காரில் இருந்து தள்ளிவிடத் தயங்காதவர் 'மங்காத்தா' அஜித், பணத்துக்காக காவல்துறையின் நீதி, நேர்மை எல்லாவற்றையும் கடாசித் தள்ளியவர், எவரை வேண்டுமானாலும் நெற்றிப்பொட்டில் துப்பாக்கி வைத்து பிளாக்மெயில் செய்பவர்; யாரை வேண்டுமானாலும் போட்டுத் தள்ளத் தயங்காதவர். உண்மையில் எம்.ஜி.ஆர், ரஜினி போன்ற நாயகர்களின் 'கடமை'கள் எதையும் 'மங்காத்தா' அஜித் செய்வதில்லை. சொல்லப்போனால் அதில் ஹீரோவே இல்லை. முற்றிலுமான வில்லன் பாத்திரம் தமிழ் ரசிகர்களால் ஹீரோவாக ஏற்றுக்கொள்ளப்பட்டது. 'ஆரண்யகாண்டம்', 'பீட்சா', 'சூது கவ்வும்' படங்களும் இதே காலகட்டத்தில் வந்த அறவியலுக்கு மாறான, பணத்தை அடிப்படையாகக் கொண்ட படங்கள் என்றாலும் 'மங்காத்தா'வில் உச்சநாயகரான அஜித் செய்தார் என்பதுதான் முக்கியமானது.

அப்படியானால் நீதி, நேர்மை, ஒழுக்க மதிப்பீடுகளின் அடிப்படையிலான நாயகப் பிம்பம் என்ன ஆனது? காந்திய அரசியல், திராவிட அரசியல் என லட்சியவாதங்கள் தளர்வுற்ற பலவீனமான காலமிது. இங்கே ஒழுக்கமதிப்பீடுகளுக்கும் லட்சியவாதங்களுக்கும் தியாகங்களுக்கும் எந்த மதிப்புமில்லை. நுகர்வுக் கலாச்சாரத்தை அடிப்படையாகக் கொண்ட உலகமயப் பொருளாதாரச் சூழலில் எல்லாமே 'மங்காத்தா' போன்ற சூதாட்டம்தான். தனியார்பள்ளிகளில் நன்கொடைகளைக் கொட்டும் சமூகம், கல்வி என்பது வேலைவாய்ப்புக்கும் சந்தைக்கும் என்ற முடிவுக்கு வந்த சமூகம், விளம்பரங்களில் வரும் எல்லாவற்றையும் வாங்கிக் குவித்து வீட்டை நிறைப்பதற்காக எல்லா வகையிலும் பணம் சம்பாதிக்கத் துடிக்கும் சமூகம், பள்ளிகளைத் தனியார்வசம் கொடுத்துவிட்டு சாராயம் விற்கும் அரசாங்கம்.... இந்த சமூகப் பொருளாதாரச் சூழலே அஜித்தின் பிம்பங்களுக்கு நியாயம் சேர்த்தது. அவருக்கு எம்.ஜி.ஆரைப் போல திரையில் திராவிட அரசியல், தொடக்ககால ரஜினியைப் போல 'அநீதிக்கு எதிரான கோபக்கார இளைஞன்' பிம்பம் என்று சுமைகள் எதுவும் இல்லை. 'ரெட்' படத்தில் இருந்தே தீனா, பில்லா, பில்லா 2, வில்லன், சிட்டிசன் என்று பெரும்பாலும் அஜித் எதிர்மறைப் பிம்பங்களை அதிகம் ஏற்று நடித்திருக்கிறார் என்பதை நினைவில்கொள்ள வேண்டும்.

இன்னும் இரண்டு முக்கியமான விஷயங்களையும் சொல்லவேண்டும். எம்.ஜி.ஆர் படத்தில் மட்டுமல்ல படத்துக்கு வெளியிலும் தன் பிம்பங்கள் குறித்த அதீத பிரக்ஞை கொண்டவர். தொப்பியும் கருப்புக்கண்ணாடியும் இல்லாத எம்.ஜி.ஆரை நினைத்துக்கூட பார்க்கமுடியாது. அவரது சடலம்கூட தொப்பியுடனும் கருப்புக்கண்ணாடியுடனுமே புதைக்கப்பட்டது. தன் பிம்பத்தைக் கட்டிக்காப்பாற்றுவது குறித்த எம்.ஜி.ஆரின் அதீத அக்கறையை விளக்க இரண்டு சம்பவங்களை எடுத்துக்காட்டாகச் சொல்வார் ஆய்வாளர் எம்.எஸ்.எஸ்.பாண்டியன். 1981ல் கோவையில் நடைபெற்ற பொதுக்கூட்டத்தில் ஒரு மாணவர் தலைவர் மாலையிட்டபோது எம்.ஜி.ஆரின் தொப்பியைச் சாய்த்துவிட, ஆத்திரமடைந்த எம்.ஜி.ஆர் அந்த இளைஞரை அறைந்தாராம். அதேபோல் கர்நாடகா, கொல்லூர் மூகாம்பிகை கோயிலைவிட்டு எம்.ஜி.ஆர் வெளியே வந்தபோது தொப்பி, கண்ணாடி இல்லாத தோற்றத்தை ஒரு புகைப்படக்காரர் புகைப்படம் எடுக்க முயற்சிக்க, எம்.ஜி.ஆரின் பாதுகாவலர்கள் கேமராவில் இருந்து நெகட்டிவை எடுத்து அழித்தார்களாம். ('பிம்பச்சிறை' எம்.எஸ்.எஸ்.பாண்டியன், தமிழில் பூ.கொ.சரவணன், பிரக்ஞை பதிப்பகம் வெளியீடு, பக்கம் 140).

ஆனால் ரஜினியோ இதற்கு நேரெதிர். படங்களில் தனக்கான இளமைத் தோற்றத்தைத் தக்கவைத்துக்கொள்ள சிரமப்படுபவர். ஆனால் பொது இடங்களிலோ வழுக்கைத் தலையுடனும் மழிக்காத முகத்துடனும் வலம் வருபவர். ஆனால் அஜித்தோ படங்களிலும் கூட இப்போது நரைத்த தலையுடன் தோன்றுகிறார். அது 'சால்ட் பெப்பர் லுக்' என்று போற்றப்படுகிறது. நரைத்த முடியுடன் தோன்றுவதற்கு ரஜினி 'கபாலி' வரை காத்திருக்கவேண்டியிருந்தது. ஆனால் அஜித்தோ சர்வசாதாரணமாக நரைத்த தலைமுடியுடன் தோன்றுகிறார். ஒருவகையில் இது எம்.ஜி.ஆர் எடுத்த முடிவுடன் ஒப்பிடலாம். எம்.ஆர்.ராதாவால் துப்பாக்கியால் சுடப்பட்டு, குரல் மாறிப்போனபோது, எம்.ஜி.ஆர் நினைத்திருந்தால் காலம் முழுவதும் மற்றொருவரின் டப்பிங் குரலைப் பயன்படுத்தியிருக்கலாம். ஆனாலும் அப்போது மற்ற நடிகர்களின் ரசிகர்களாலும் பின்னாளில் அவரது அரசியல் எதிரிகளால் கிண்டலடிக்கப்பட்டாலும் பிடிவாதமாகத் தன் குரலையே பயன்படுத்திய எம்.ஜி.ஆரையும் 'சால்ட் பெப்பர்' அஜித்தையும் ஒப்பிட்டுப் பார்க்கலாம்.

மேலும் எம்.ஜி.ஆர், ரஜினி, அஜித் மூவருக்கும் உள்ள முக்கியமான ஒற்றுமை மூவருமே தமிழர்கள் அல்ல

என்பதுதான். தமிழ்ச்சமூகம் அடிப்படையில் சாதியச்சமூகம். சினிமாவையும் நடிகர்களையும் அது அப்படித்தான் அணுகியது. ரசிகர் மன்றங்களின் பின்னுள்ள சாதிய அரசியல் குறித்துப் பேசவேண்டுமென்றால் தனியாகவே கட்டுரை எழுதலாம். இப்படியான சாதிய மனநிலையில் உறைந்துள்ள தமிழ் ரசிகர்கள், பெரும்பாலும் தமிழர்கள் அல்லாத நடிகர்களையே தங்கள் உச்சநாயகர்களாக வரித்துக்கொண்டார்கள். மூவரின் படங்களிலும் உள்ள இன்னுமொரு முக்கிய ஒற்றுமை, பெண்களைக் குறித்த பார்வை.

பெரியாரைத் தங்கள் முன்னோடியாகச் சொல்லிக்கொண்ட தி.மு.க.வினர் பெரியாரிடமிருந்து வேறுபட்ட முக்கியமான புள்ளி, அவர்களது ஆணாதிக்கப்பார்வை. இது அப்பட்டமாக எம்.ஜி.ஆர் படங்களில் பிரதிபலித்தது. எல்லாப் படங்களிலும் மானபங்கப்படுத்தப்படும் பெண்கள் எம்.ஜி.ஆர் வந்து காப்பாற்றுவதற்காகக் காத்திருந்தனர். 'இப்படித்தான் இருக்கவேணும் பொம்பளை' என்று ஆணாதிக்க வரையறைகளை வரையறுத்துத் தள்ளினார் எம்.ஜி.ஆர். 'பொம்பளை பொம்பளையா இருக்கணும்' என்ற ரஜினியின் படங்களில் மேலோங்கியிருந்த ஆணாதிக்கக்கூறுகள் பற்றித் தனியே சொல்லவேண்டியதில்லை. அஜித் படங்களிலோ பெண்களுக்கான இடம் என எதுவுமே இல்லை எனலாம்.

தமிழ் சினிமா என்பதே பெரிதும் ஆண்களால் ஆண்களுக்காக உருவாக்கப்படும் ஆண் சினிமாதான். இப்படியான சினிமா பிம்பங்களால் உருவாக்கப்படும் உச்ச நாயகர்களும் ஆணாதிக்கத்தைப் பிரதிபலிப்பதில் என்ன ஆச்சர்யம் இருக்கப்போகிறது?

சாதி காப்பாற்றும் சினிமா

"நம் கடவுள் சாதி காப்பாற்றும் கடவுள்; நம் மதம் சாதி காப்பாற்றும் மதம்: நம் மொழி சாதி காப்பாற்றும் மொழி" என்றார் பெரியார். அதனுடன் இன்னொன்றையும் சேர்த்துக்கொள்ளலாம், "நமது சினிமா சாதி காப்பாற்றும் சினிமா."

இந்தியச் சமூகம் அடிப்படையில் சாதியச் சமூகம் என்பதால் அதன் கலை, இலக்கிய, கலாச்சாரக் கூறுகளில் சாதியக்கூறுகள் நிரம்பியிருக்கும் என்பதே எதார்த்தம். அதிலும் வெகுமக்கள் கலாச்சாரத்தில் முக்கியப் பங்குவகிக்கும், கருத்துருவாக்க உற்பத்தியில் ஈடுபடும் தமிழ் சினிமாவில் சாதியக்கூறுகள் இருப்பது ஆச்சர்யமில்லை. இத்தகைய சாதிய வெளிப்பாடுகள் என்பவை வெவ்வேறு காலகட்டங்களில் வெவ்வேறுவிதமாக இயங்கிவந்திருக்கின்றன. தொடக்ககாலத்தில் சினிமா என்ற நவீன ஊடகமே சாதிய வைதீக மேட்டிமைச் சக்திகளிடம் அசூயையை ஏற்படுத்தியிருக்கிறது. சினிமா என்பது இழிவான கலையாகவே மேட்டுக்குடியினரால் தொடக்ககாலத்தில் பார்க்கப்பட்டதை ஆய்வாளர் எம்.எஸ்.எஸ்.பாண்டியன் கட்டுரையொன்றில் விரிவாக விளக்கியுள்ளார். மேலும் திரையரங்குகள் என்பவை அனைத்துச் சாதியினரும் ஒன்றாகக் கூடக்கூடிய இடமாக இருந்ததும் சாதியத்துக்கான சிறிய அச்சுறுத்தலாக இருந்தது.

ஆனாலும் தொடக்ககால தமிழ் சினிமா என்பது பார்ப்பனியமயப்பட்ட, இந்துப்புராணக் கதைகளால் நிரம்பிவழிந்த ஊடகமாகவே இருந்தது. சமஸ்கிருதமயமாக்கப்பட்ட மொழியே தமிழ் சினிமாவில் ஒலித்தது. விடுதலைப்போராட்ட

ஆதரவை முன்னிறுத்திய, இந்திய தேசிய நோக்கிலான படங்கள் வெளியாகின என்றாலும் அவை பெரியளவில் தாக்கத்தை ஏற்படுத்தின என்று சொல்லமுடியாது. இந்துப்புராணங்களும் சமஸ்கிருதமயமாக்கப்பட்ட தமிழும் பார்ப்பனிய வைதீகமும் நிறைந்த தமிழ் சினிமாவில் மாபெரும் உடைப்பை ஏற்படுத்தியது திராவிட இயக்கத்தினரின் வருகை. திராவிட இயக்க சினிமா தோன்றியதற்குப் பிறகுதான் தமிழ் சினிமா என்பது சமூகமயப்படுத்தப்பட்டது. கடவுள் மறுப்பு, பார்ப்பன எதிர்ப்பு, தமிழர் பெருமிதம், தமிழ்ப்பற்று, வரையறுக்கப்பட்ட அளவில் பெண்ணுரிமை, சாதி எதிர்ப்பு ஆகிய கருத்தாக்கங்களைக் கொண்டவையாகத் திராவிட இயக்க சினிமா இருந்தது. அலங்காரத் தமிழ்நடையை அறிமுகப்படுத்தி, சமஸ்கிருதப் பார்ப்பன வழக்கிலிருந்து தமிழ் சினிமாவை மீட்டது. குறிப்பாக 'பராசக்தி', 'ரத்தக்கண்ணீர்' இரண்டும் அன்றைய காலகட்டங்களில் புரட்சிகர சினிமாக்கள் என்றே சொல்லலாம். ஆனாலும் திராவிட இயக்க சினிமா என்பது பார்ப்பனர் எதிர்ப்பு, நாத்திகம், தமிழர் பெருமிதம், வடவர் எதிர்ப்பு என்றெல்லாம் பேசினாலும் ஒடுக்கப்பட்ட தாழ்த்தப்பட்ட மக்களின் வாழ்க்கையைப் பிரதிபலித்தது என்றோ அவற்றுக்கு ஆதரவான கருத்துநிலையை உருவாக்கியது என்றோ சொல்லமுடியாது. அக்காலகட்டத்தில் வெளியான பெரும்பாலான பாத்திரங்கள் பிள்ளைமார், முதலியார் சாதிகளைச் சேர்ந்த பாத்திரங்களாகவே இருந்தன. பார்ப்பன சினிமாவின் அடுத்தகட்டமாக திராவிட இயக்க சினிமா வெள்ளாள சினிமாவை உருவாக்கியது என்று சொல்லலாம். (ஆனால் இந்தப் படங்களில் நுட்பமான வெள்ளாளர், முதலியார் வாழ்க்கைச் சித்தரிப்புகளோ சாதியப் பெருமிதங்களோ இல்லை என்பதையும் கணக்கிலெடுக்கவேண்டும்.)

எப்போது உண்மையான அசல் கிராமம் தமிழ் சினிமாவில் காட்சிப்படுத்தப்பட்டதோ, எப்போது எதார்த்தவாதத்தின் நிழல் தமிழ் சினிமாவில் படிந்ததோ, அப்போதுதான் தமிழ் சினிமாவில் நுட்பமான சாதிய அடையாளம் சித்தரிக்கப்பட்டது. குறிப்பாகப் பாரதிராஜாவின் வருகை இதில் முக்கியமானது. தமிழ் சினிமா என்பது ஸ்டூடியோக்களுக்கு வெளியே கிராமங்களுக்குச் சென்றபோதுதான் வெளியே இருந்த எதார்த்தம் திரைக்கு உள்ளே வந்தது. 'தேவர் சினிமா' என்று யோசித்தால் பாரதிராஜா உடனடியாக நினைவுக்கு வந்தாலும் உண்மையில் அவரது தொடக்ககாலப் படங்களில் வெவ்வேறு சாதியினர் குறித்த சித்தரிப்புகள் இடம்பெற்றன. 'கிழக்கே போகும் ரயில்' படத்தில் நாயகன் நாவிதர் சாதியைச் சேர்ந்தவன்; நாயகி

ராஜூ சாதியைச் சேர்ந்தவள். ‘அலைகள் ஓய்வதில்லை’ படத்தில் நாயகன் பார்ப்பன இளைஞன் என்பதும் நாயகி கிறிஸ்தவப்பெண் என்பதும் இறுதிக்காட்சியில் சிலுவையும் பூணூலும் அறுத்தெறியப்பட்டன என்பது அனைவரும் அறிந்த செய்திதான். ‘கிழக்குச்சீமையிலே’ படம்தான் பாரதிராஜா படத்தில் உச்சபட்சமான தேவர் படம் எனலாம். தேவர் கலாச்சாரம் குறித்த பெருமித வார்த்தைகள் நிரம்பி வழிந்த படம். ‘முதல் மரியாதை’ படமும் தேவர் பாத்திரங்களைக் கொண்ட படம் என்றாலும் தேவர் சாதிப் பண்ணையாருக்கும் படகோட்டும் எளிய சாதிப்பெண்ணுக்குமான நட்புறவு, தேவர் சாதி இளைஞனுக்கும் செருப்பு தைக்கும் அருந்ததியர் சமூகப் பெண்ணுக்குமான காதல் ஆகியவற்றை அப்படம் பேசியது. ஆனால் அருந்ததியரான ‘எனக்கு ஒரு உண்மை தெரிஞ்சாகணும்’ வீராசாமி தன் வயதுக்குக் குறைவான சிவாஜிகணேசனின் காலில் விழும் மோசமான காட்சியும் இடம்பெற்றிருந்தது என்பது குறிப்பிடத்தக்கது.

பாரதிராஜாவின் ‘பசும்பொன்’, ‘கருத்தம்மா’ இரண்டும் தேவர் சாதி வாழ்க்கையைப் பேசிய படங்கள்தான் என்றாலும் சுயவிமர்சனத்தோடு வெளிப்பட்ட படங்கள். விதவைப்பெண்ணின் மறுமணக் கணவனுக்கும் முதல் மணத்தின் மூலம் பிறந்த மகனுக்குமான முரண்பாட்டு உறவைப் பற்றிப் பேசிய படம் ‘பசும்பொன்’. ‘கருத்தம்மா’ படம் தொடங்கும்போதே பசும்பொன் முத்துராமலிங்கத்தின் சிலையைக் காட்டியே ஆரம்பிப்பதன் மூலம் தெளிவாக ‘உசிலம்பட்டித் தேவர்களே பெண்சிசுக் கொலையில் ஈடுபடுபவர்கள்’ என்பதை அழுத்தமாகப் பதிவு செய்தது. இதனால் சொந்தச் சாதியில் இருந்தே எதிர்ப்பு வந்ததையும் பாரதிராஜா நேர்காணல்களில் பதிவு செய்திருக்கிறார். இவ்விரண்டு படங்களுமே பெண்களின் பார்வையிலிருந்து தேவர் சாதிக் கலாச்சாரத்தை அணுகிய படங்கள் என்பவை குறிப்பிடத்தக்கது.

பாரதிராஜாவின் முற்போக்குப் படமாகக் கொண்டாடப்படுவது ‘வேதம் புதிது’. பார்ப்பனர்களின் கடும் எதிர்ப்பையும் திராவிடர் கழகத்தின் ஆரவார வரவேற்பையும் ஒருசேரப் பெற்ற படம். சாதிய இறுக்கம், பார்ப்பனச் சமூகத்தின் கட்டுப்பெட்டித்தனம், சங்கராச்சாரி என்ற புனிதப் பிம்பத்தின் மீதான விமர்சனம் ஆகியவற்றை முன்வைக்கும் படமாக இருந்தாலும் ‘வேதம் புதிது’ படத்தின் சில பிரச்சனைகளையும் பேசியாக வேண்டும்.

படத்தின் முதன்மைப் பாத்திரமான சத்யராஜ் சாதிப்பெயர் கொண்ட நாத்திகராகச் சித்தரிக்கப்படுவது ஏன் என்ற கேள்வி எழுகிறது. நாத்திகர்களிலும் சாதிப்பற்றாளர்கள் இருக்கிறார்கள்

என்றாலும் சாதிக்கும் மதம், கடவுளுக்குமான உறவு குறித்து அதிகம் பேசப்பட்ட தமிழ்மண்ணில் ஏன் இப்படியொரு பாத்திரம்? அதிலும் சத்யராஜ் ஒரு காட்சியில் பேசும் 'அன்பே சிவம்னா அவன் கையில் சூலாயுதம் எதுக்கு?' என்ற வாக்கியம் திராவிடர் கழகத்தாரால் எழுதப்பட்ட சுவர் வாசகங்களுள் ஒன்று. 'பாலுங்கிறது பேரு; தேவர்ங்கிறது எங்கே வாங்கின பட்டம்?' என்ற வசனம் பிரபலமான ஒன்று. ஆனால் இந்தக் கேள்வியைக் கேட்கும் பார்ப்பனச் சிறுவன் சாதிய அடையாளமான பூணூலைக்கூட கழற்றவில்லை என்பது கவனிக்கத்தக்கது. 'தேவர்' என்பது எங்கேயும் வாங்கிய பட்டம் இல்லை என்பதைப்போல பூணூலும் யேல் பல்கலைக்கழகப் பட்டமில்லையே! மேலும் பார்ப்பனச் சிறுவன் பாலு(தேவர்)வின் வீட்டுக்குள் வந்தபிறகு கொஞ்சம் கொஞ்சமாக அவரால் விரும்பிச் சாப்பிடப்படும் கோழிகள், ஆடுகள் மறைவதாகவும் காட்டப்படும். இது பார்ப்பனிய உட்செரித்தல்தானே!

'தேவர்ங்கிறது எங்கே வாங்கிய பட்டம்?' என்று கேள்வி எழுப்பிய பாரதிராஜாதான் பின்பு 'தேவர்' பெருமிதம் பேசிய 'கிழக்குச்சீமையிலே' படத்தை எடுத்தார். தன் தந்தையின் பெயரில் சாதிப்பெயரை நீக்கமாட்டேன் என்று கோபப்பட்டார். முக்குலத்தோர் சமூக வரலாறான 'குற்றப்பரம்பரை'யை யார் படமாக்குவது என்று அதே சமூகத்தைச் சேர்ந்த பாரதிராஜாவுக்கும் பாலாவுக்கும் இடையில் பிரச்சனைகள் எழுந்தன. ஆனால் பாரதிராஜாவிடம் அவ்வப்போது சாதிய வெளிப்பாடுகள் இருந்தாலும், சாதகமான ஓர் ஊசலாட்ட மனநிலையும் உண்டு. 'தாஜ்மகால்' படத்தில் அவர்தான் தெலுங்கு பேசும் சாதியின் வாழ்க்கையைக் கதையாக்கினார். சமீபகாலமாகத் தெலுங்கு பேசும் சாதிகள்மீது கடுமையான கோபத்தை வெளிப்படுத்தி தூயத் தமிழ்த்தேசிய மனநிலையில் பேசிவருகிறார். குறிப்பாக 'விஜயகாந்த் போன்ற தெலுங்கர்கள் தமிழக அரசியலுக்கு வரக்கூடாது' என்றெல்லாம் பேசிவருகிறார். ஆனால் அத்தகைய காலகட்டத்தில்தான் 'அன்னக்கொடியும் கொடிவீரனும்' படத்தில் அருந்ததிய நாயகப் பாத்திரத்தை உருவாக்கினார் என்ற முரணைக் கவனிக்கவேண்டும்.

கடந்த சில பத்தாண்டுகளாக கிராமப்புறத்தில் செல்வாக்குச் செலுத்தும் ஆதிக்கச்சாதிகளின் புகழ் பாடும் படங்கள் வெளியாகின. இவற்றுக்கான தொடக்கம் ஆர்.வி.உதயகுமாரின் 'சின்னக்கவுண்டர்'. கவுண்டரே நீதி வழங்குபவராகவும் மற்றவர்கள் அனைவரும் அதற்குக் கட்டுப்பட்டவர்களாகவும், கவுண்டருக்குக் குடைபிடித்து அடிமைச்சேவகம் புரிபவர்களாகவும் சித்தரிக்கப்பட்டனர். அதைத் தொடர்ந்து அதே உதயகுமாரே 'எஜமான் என்கிற வானவராயனின் பாதம் தொட்டு நெத்தியிலே

பொட்டு வைக்கச்' சொன்னார். 'பெரிய கவுண்டர் பொண்ணு', 'கவுண்டர் பொண்ணா கொக்கா' என்று சாதிப்பெயர் தாங்கிய படங்கள் அதிகம் வெளிவரத் தொடங்கின. இந்திய அரசியல் சட்டத்துக்கு எதிரான 'நாட்டாமை'கள் நாயகர்கள் ஆக்கப்பட்டார்கள்.

சின்னக்கவுண்டர் படத்துக்கு அடுத்து சாதியப்படங்களுக்கான அடித்தளம் அமைத்துக்கொடுத்தது கமல்ஹாசனின் 'தேவர் மகன்'. அப்படப் பாடலான 'போற்றிப் பாடடி பெண்ணே; தேவர் காலடி மண்ணே' பாடலின்மூலம் தலித் மக்களுக்கு எதிரான வன்முறைகள் கிராமப்புறங்களில் ஏவப்பட்டன. அதன்பிறகு முதலில் 'சண்டியர்' என்றும் பிறகு 'விருமாண்டி' என்றும் பெயர் மாற்றப்பட்ட படத்தின் மூலம் தேவர் சினிமாக்களுக்கான இன்னுமொரு களத்தையும் உருவாக்கினார். சாதிப்பெயர் தாங்கிய சினிமாக்கள் மீது வைக்கப்பட்ட இத்தனை ஆண்டுகால விமர்சனங்களுக்குப் பிறகும்கூட கமல்ஹாசன் 'சபாஷ் நாயுடு' என்றே தன் படத்துக்குப் பெயர் வைக்கிறார்.

வெளிப்படையாக அடையாளம் சுட்டப்படாவிட்டாலும் தேவர் - தலித் முரணை அடிப்படையாகக் கொண்டு உருவான 'காதல்' படம் தமிழ் சினிமாவின் மைல்கற்களில் ஒன்று. இப்போது இந்திய அளவில் கொண்டாடப்படும் 'சாய்ரத்'துக்கு முன்னோடிப் படமான 'காதல்' சாதியத்துக்கு எதிரான கடுமையான விமர்சனத்தை முன்வைத்தது. அமீரின் 'பருத்திவீரன்' தேவர் சாதியைச் சேர்ந்த ஒருவர், தேவருக்கும் குறவருக்கும் பிறந்த பருத்திவீரனை எப்படி இழித்து ஒதுக்குகிறார் என்று காட்டியது. இவ்விரண்டு படங்களுமே அடிப்படையில் சாதியத்தின் வன்முறையைத் தோலுரித்தவை. கெடுவாய்ப்பாக, இதையொட்டி வெளியான பெரும்பாலான 'மதுரப்படங்கள்' தேவர் சினிமாக்கள். மீண்டும் மீண்டும் வன்முறையைத் தேவர் சாதிக்கான பெருமைக்குரிய அடையாளமாகக் காட்டியவை. நோய்க்கிருமிகளைப் போல இந்த தேவர் சினிமாக்கள் வெளியான காலகட்டத்தைத் 'தமிழ் சினிமாவின் இருண்ட காலம்' என்றுதான் சொல்லவேண்டும்.

திரைப்பட ஆய்வாளர்களிடம் தேவர் சினிமாக்கள் குறித்து இரண்டுவிதமான அணுகுமுறைகள் காணப்படுகின்றன. 'இவை கடுமையாக எதிர்க்கப்பட வேண்டிய சாதிய சினிமாக்கள்' என்ற பார்வை ஒருபுறம், 'ஒட்டுமொத்தமாக இவற்றைச் சாதி சினிமாக்கள் என்று ஒதுக்கிவிடமுடியாது. இவை இனவரைவியல் சினிமாக்களாக இருக்கின்றன. சில படங்கள் தேவர் சாதிகள்மீதே விமர்சனங்களை முன்வைக்கின்றன' என்கிற பார்வை இன்னொருபுறம். 'தேவர் மகன்', 'மதயானைக்கூட்டம்' இரண்டுமே தேவர் சாதியினரின் மூர்க்கமான வன்முறையால்

விளையும் இழப்புகள் குறித்துப் பேசுகின்றன என்பது உண்மைதான். அதிலும் 'தேவர் மகனை'விட 'மதயானைக்கூட்டம்' நுட்பத்துடனும் அழகியலுடனும் தேவர் கலாச்சாரத்தை விவரிக்கும் இனவரைவியல் சினிமா என்பதும் உண்மைதான். ஆனால் அடிப்படையில் இரண்டு கேள்விகள் எழுகின்றன.

ஏன் மீண்டும் மீண்டும் தேவர் சாதியினர் பற்றியே சினிமாக்கள் எடுக்கப்படுகின்றன? தமிழ்நாட்டில் வேறு சாதிகளே இல்லையா? அவற்றின் கலாச்சாரச் சித்தரிப்புகள் கொண்ட படங்கள் ஏன் வருவதில்லை? தேவர் மகனும் மதயானைக்கூட்டமும் சாதிய உள்முரண்கள் குறித்தும் அவற்றினால் ஏற்படும் வன்முறை குறித்தும் பேசுகின்றனவே தவிர, தனக்குக் கீழுள்ள சாதிகளின்மீது நடத்தப்படும் வன்முறை குறித்துப் பேசுவதே இல்லையே ஏன்? இத்தகைய கேள்விகளோடுதான் இத்தகைய படங்களை அணுகவேண்டும். மேலும் மீண்டும் மீண்டும் தேவர் சினிமாக்கள் உருவாக்கப்படுவதன் பின்னணியில் சினிமா வியாபாரத்தில் அந்த சாதியினரின் பங்கு, ரசிகர்களின் ஏற்பு ஆகியவை குறித்து தரவுகளுடன்கூடிய விரிவான ஆய்வுகளும் தேவை.

தமிழ் சினிமாவில் அதிகமும் பேசப்பட்ட இரண்டு சாதிகள் பார்ப்பனர் மற்றும் தேவர்கள். அதிலும் கமல்ஹாசன் இவ்விரண்டு சாதிகளின் பாத்திரங்களை ஏற்று நடிப்பதில் பெருவிருப்பம் கொண்டவர். சாதி எதிர்ப்பாளராகவும் பெரியாரியத்தின் மீதும் மார்க்சியத்தின் மீதும் ஆர்வம் கொண்டவராக அவ்வப்போது தன்னை வெளிப்படுத்திக்கொள்ளும் கமல்ஹாசன் அதிகம் ஏற்று நடித்தவை வைணவப் பார்ப்பனக் கதாபாத்திரங்களே. பிறப்பால் ஒரு பார்ப்பனர் என்ற முறையில் கமல்ஹாசன் பார்ப்பனர் வாழ்க்கையை மய்யமாகக் கொண்ட படங்களில் நடிப்பதில் எந்தத் தவறும் இல்லை. ஆனால் அவை பார்ப்பனியத்தை நியாயப்படுத்துகின்றனவா இல்லையா என்பதே முக்கியம். 'அவ்வை சண்முகி' உள்ளிட்ட பல படங்களில் பார்ப்பனிய மனோநிலையைக் கிண்டலடித்தே கமல்ஹாசன் நடித்துள்ளார். பார்ப்பனியம் இந்துத்துவம் கலாச்சாரத் தேசியத்தை முன்வைக்கும் இந்தியத் தேசியம் ஆகியவற்றைச் சிறப்பாகச் சித்தரிக்கும் 'ஹே ராம்' ஒரு முக்கியமான படம்.

ஆனால் அவரது 'தசாவதாரம்' படம் மேலோட்டமாகப் பார்க்கும்போது நாத்திகப் படமாகத் தெரிந்தாலும் அடிப்படையில் ஒரு பார்ப்பனியப் படம். பூர்வ ஜென்மத்தில் ரங்கராஜன் நம்பியாகவும் அவரது மனைவியாகவும் இருந்த கமலும் அசினும் இந்த ஜென்மத்தில் நாயக்கர் விஞ்ஞானியாகவும் பார்ப்பனப் பெண்ணாகவும் நடித்திருப்பார்கள். ஆற்றுமணலில் அசின்: "உனக்கும் எனக்கும் ஸ்நானப் பிராப்திகூடக் கிடையாது"

சுகுணா திவாகர் ♦ 107

என்று சொல்லும்போது கால் தடுக்கும். அந்த இடம், பூர்வ ஜென்மத்தில் ரங்கராஜன் நம்பி பலியிடப்பட்ட இடம். கேயோஸ் தியரி, பட்டாம்பூச்சி விளைவு ஆகியவை இந்துமதத்தின் பூர்வஜென்மத்துடன் தொடர்புபடுத்தப்பட்டிருக்கும். நாயகன் உயரமான பாலத்திலிருந்து விழும் லாரியில் வைணவ அடையாளம். நாத்திக நாயகன் பெருமாளையும் பெருமாள் நாயகனையும் பரஸ்பரம் காப்பாற்றிக்கொண்டேயிருப்பார்கள். இஸ்லாமியர்கள் சந்தேகத்தின் பேரில் விசாரிக்கப்பட்டதாலேயே சுனாமியில் இருந்து தப்பித்திருப்பார்கள். "கடவுள் இல்லைனு சொல்லலை; இருந்தா நல்லாயிருக்கும்னுதான் சொல்றேன்" என்பது நாத்திக வசனமாகப் புரிந்துகொள்ளப்பட்டு திராவிடர் கழகத் தலைவர் கி.வீரமணி உள்படப் பலராலும் பாராட்டப்பட்டது. ஆனால் "கடவுள் இருந்தா நல்லாயிருக்கும்" என்று கமல் சொல்லிமுடித்தபோது கேமரா காட்சிப்படுத்துவது, ரங்கராஜன் நம்பியோடு கட்டப்பட்டு கடலில் வீசப்பட்ட பெருமாள் சிலை.

'உன்னைப்போல் ஒருவன்' நேரடியாகவே முஸ்லீம் வெறுப்பை முன்வைத்தது. 'விருமாண்டி'யில் மரணதண்டனை எதிர்ப்பை முன்வைத்த கமல், 'உன்னைப்போல் ஒருவன்' படத்தில் 'தீவிரவாதிகளை விசாரிக்கக்கூடாது; சுட்டுக்கொல்ல வேண்டும்' என்ற கருத்தை முன்வைத்தார். முஸ்லீம்கள் பலதார மணம் புரிகிற கேலிக்குரியவர்களாகவும் கொடூரமானவர்களாகவும் சித்தரிக்கப்பட்டனர். 'விஸ்வரூபம்' படமோ அமெரிக்கச் சார்போடு இஸ்லாமியப் பயங்கரவாதத்தைப் பற்றி மட்டுமே பேசியது. படவிழா ஒன்றில் "பர்மா பஜாரில் திருட்டு விசிடி மூலம் கிடைக்கும் பணம் பாகிஸ்தான் தீவிரவாதிகளுக்கு உதவுகிறது" என்று பேசினார். அத்வானியோடு விருந்து சாப்பிட்டார்; மோடியின் 'தூய்மை இந்தியா' திட்டத்தின் தூதுவராக நியமிக்கப்பட்டார். இப்படி பார்ப்பனியம், இந்துத்துவம் ஆகியவற்றைப் படங்களில் கமல்ஹாசன் கையாண்டவிதம் சிக்கலும் முரணும் கொண்டவை.

பரமக்குடியில் பிறந்ததாலோ என்னவோ தேவர் பாத்திரங்களின் மீது விருப்பு அவருக்கு. 'தேவர் மகன்' வன்முறை எதிர்ப்புப் படம், 'விருமாண்டி' மரணதண்டனை எதிர்ப்புப் படம் என்றாலும் இரண்டுமே தேவர் சாதிப் பெருமிதப் படங்களாகவே ரசிகர்களால் உள்வாங்கப்பட்டவை. பார்ப்பனக் கதாபாத்திரங்களில் வாழ்க்கைச் சிக்கலை மய்யமாகக் கொண்டு பட படங்களை எடுத்துத் தள்ளியவர் பாலச்சந்தர். 'ஜாதி மல்லி' என்று படமெடுத்து, 'ஜாதி' என்னும் வார்த்தையை அடித்துக்காட்டியவர், பின்னாளில் பார்ப்பனர் சங்க மாநாட்டில்

கலந்துகொண்டார். அரைகுறைப் பெண்ணியத்தை முன்வைத்த அவரது படங்களானாலும் பாரதிராஜாவின் 'புதுமைப்பெண்' படமானாலும் பாரதியார் பெண்ணியத்தின் முன்னோடியாக முன்னிறுத்தப்பட்டார். தப்பித்தவறிக்கூட பெரியாரியப் பெண்ணியச் சிந்தனைகள் கோடிட்டுக் காட்டப்படவில்லை. கவிஞர் வாலியின் 'ஒரே ஒரு கிராமத்திலே' பார்ப்பனர்கள் இட ஒதுக்கீட்டால் பாதிக்கப்படுபவர்களாகவும் தலித்துகள் திறமை இல்லாவிட்டாலும் இட ஒதுக்கீட்டின் மூலம் பலன் பெறுபவர்களாகவும் காட்டியது.

பெரும்பாலும் இந்து முஸ்லீம் ஒற்றுமை, இந்து கிறிஸ்தவர் ஒற்றுமை ஆகியவற்றைச் சித்தரித்த படங்களில் எல்லாம் காதலன் அல்லது காதலி பார்ப்பனர்களாகவே சித்தரிக்கப்பட்டனர். 'அலைகள் ஓய்வதில்லை' முதல் 'அடுத்தாத்து ஆல்பர்ட்' வரை இதைக் காணலாம். 'இந்து' என்றாலே 'பார்ப்பனர்' என்பதாகவே சித்தரிப்பு அமைந்தது. ஆனால் பார்ப்பனியத்தையும் இந்துத்துவ, இந்தியத் தேசியத்தையும் முன்வைத்த மணிரத்னமோ 'பம்பாய்' படத்தில் சைவ வெள்ளாள நாயகனுக்கும் முஸ்லீம் பெண்ணுக்குமான காதலைச் சித்தரித்தார். மணிரத்னம் பார்ப்பனராக இருந்தபோதும் பெரும்பாலும் பார்ப்பனக் கதாபாத்திரங்கள் அவர் படங்களில் இடம்பெற்றதில்லை. ஆனால் இந்துத்துவத்துக்கும் இந்தியத் தேசியத்துக்கு வலுசேர்ப்பவையே அவரது படங்கள். 'பம்பாய்' படத்தில் 'போயும் போயும் துலுக்கச்சியைக் கட்டிக்கப்போறியா?' என்று வசனம் வைத்தவர், திராவிட இயக்கத்தைச் சித்தரித்த 'இருவர்' படத்தில் 'பார்ப்பனர்' என்ற வார்த்தையைப் பயன்படுத்தவில்லை. பார்ப்பனரான மணிரத்னம் பார்ப்பனக் கதாபாத்திரங்களைச் சித்தரிக்கவில்லை. ஆனால் பார்ப்பனரல்லாத ஷங்கர் தன் முதல் படமான 'ஜெண்டில்மேன்' தொடங்கிப் பார்ப்பனக் கதாபாத்திரங்களை மேட்டிமை நோக்கில் சித்தரித்தார். 'அந்நியன்' அதில் உச்சம். பார்ப்பனரல்லாதவர்களே இந்தத் தேசத்தின் சகல சீர்கேடுகளுக்கும் காரணமான பொறுப்பில்லாதவர்களாகவும் அவர்களை இந்துப்புராணமான 'கருட புராண'த்தின் வழி தண்டிக்கிற ரட்சகனாக பார்ப்பன அம்பியையும் சித்தரித்தார்.

தமிழ் சினிமாவில் அங்கொன்றும் இங்குமாக சாதி எதிர்ப்புக் குரல்கள் ஒலிக்காமல் இல்லை. மணிவண்ணனின் 'ஆண்டான் அடிமை', 'மதுரைவீரன் எங்க சாமி' போன்ற முற்றிலுமான வணிகப்படங்களில் சாதி எதிர்ப்புப் பேசப்பட்டுள்ளது. விசுவின் படங்கள் பெண்களுக்கு எதிரான, பார்ப்பனியத்தை வலியுறுத்தும் படங்கள். ஆனால் அவை படங்கள் என்று சொல்லத்தக்க கலைநுட்பத்தோடு

இல்லாது நாடகச் சித்தரிப்புகளாகவே இருக்கும். அந்த நாடகச் சித்தரிப்பை எடுத்துக்கொண்டு உள்ளடக்கத்தை சாதி எதிர்ப்பு, தமிழ்த்தேசியம், பெண்கள் பெருமை ஆகியவற்றைப் பதிலீடாக்கிப் படங்களை இயக்கிவர் வி.சேகர். அவரது ‘ஒண்ணா இருக்கக் கத்துக்கணும்’ படம் சாதி ஒழிப்பைப் பேசிய படம். பாலாவின் படங்களில் தொடர்ச்சியாகப் பார்ப்பனர்களும் கடவுளும் கிண்டலடிக்கப்பட்டிருக்கிறார்கள். நீதிமன்றமும் காவல்துறையும்கூட கிண்டலடிக்கப்பட்டிருக்கின்றன. ஆனால் அதிகார மய்யங்களான நீதித்துறை, காவல்துறை, பார்ப்பனர்கள், கடவுள்கள் மட்டுமல்லாது மிகச் சாதாரண எளிய மனிதர்களான ‘ஆடலும் பாடலும்’ கலைஞர்கள், கிறிஸ்தவப் பாதிரி எனச் சகலரும் சகட்டுமேனிக்குக் கிண்டலடிக்கப்படுவதைப் பார்த்தால், இது மேலிருந்து கீழ் நோக்கும் எள்ளல் மனப்பான்மையாகவே தெரிகிறது.

ஒரு கலைச்சித்தரிப்பாக இல்லாவிட்டாலும் பெரியாரிஸ்டான வேலுபிரபாகரனின் ‘கடவுள்’ தலித் பிரச்னையை மய்யமாக வைத்துக் கடவுள் மறுப்பைப் பேசிய படம். தமிழ் சினிமாவின் மிக முக்கியமான படம் வின்சென்ட் செல்வாவின் ‘இரணியன்’. சாதி மறுப்பு, தலித் விடுதலை, நிலப்பிரத்துவ எதிர்ப்பு, பொதுவுடமை ஆகிய சிந்தனைகளை முன்வைத்துப் பேசிய படம். மார்க்சிய இயக்குனரான ஜனநாதனின் ‘ஈ’ விளிம்புநிலை அழகியலைச் சித்தரித்த ஏகாதிபத்திய எதிர்ப்புப் படம். அவரது ‘பேராண்மை’ இந்தியத் தேசியத்தை முன்வைத்தாலும் சாதி ஒழிப்பையும் மார்க்சியத்தையும் பேசியது. இன்னும் பல படங்களைச் சொல்லலாம். இவை எல்லாமே ஒருபடித்தான படங்கள் இல்லை. இவற்றில் அழகியலோ அரசியல் பிரக்ஞையோ கூடக்குறையவே இருக்கும்.

‘மதுர சினிமாக்கள்’ சீஸன் ஓய்ந்தாலும்கூட தொடர்ச்சியாக ‘குட்டிப்புலி’, ‘கொம்பன்’, ‘மருது’ என்று முத்தையாவின் படங்கள் தேவர் சாதிப் பெருமிதத்தை முன்வைக்கின்றன. பிரபாகரனின் ‘சுந்தரபாண்டியன்’ அப்பட்டமாகவே தேவர் சாதிப் பெருமிதத்தை முன்வைத்ததோடு ஆணவக்கொலைகளை நியாயப்படுத்தவும் செய்தது. சசிகுமார் (அவர் பிறப்பால் தேவர் இல்லையென்றாலும்) தொடர்ந்து இத்தகைய படங்களில் பயன்படுத்தப்படுகிறார். சசிகுமாரின் முதல்படமான ‘சுப்பிரமணியபுரம்’ 80களில் தென்மாவட்டங்களில் வளர்ந்து வந்த தேவர் சாதி அதிகாரத்துக்கும் ஏற்கெனவே நிலைபெற்றிருந்த பிள்ளைமார் அதிகாரத்துக்கும் இடையிலான முரணைப் பற்றிப் பேசியது.

முன்னெப்போதையும் விட தமிழ் சினிமாவில் சாதி குறித்த உரையாடல்கள் வெளிப்படையாக அதிகரிப்பதற்குக் காரணம் இயக்குனர் பா.ரஞ்சித்தின் வருகை. அவரது முதல்படமான 'அட்டக்கத்தி'தான் தலித் வாழ்க்கையை அதன் இயல்போடும் அழகோடும் சித்தரித்த முதல் தலித் சினிமா என்று சொல்லலாம். அதற்கு முன்பும் படங்களில் அம்பேத்கர் பயன்படுத்தப்பட்டிருக்கிறார். நீதிமன்றச் சுவர்களிலும் காவல் நிலையச் சுவர்களிலும் வெறும் பிம்பமாக மட்டுமே அம்பேத்கர் பயன்படுத்தப்பட்டார். ஆனால் ரஞ்சித்தின் 'அட்டக்கத்தி'யில் சுவரோவியங்களில் தென்பட்ட அம்பேத்கர் வேறு அர்த்தமும் அரசியல் முக்கியத்துவமும் பேசுகிறார். அவரது இரண்டாவது படமான 'மெட்ராஸ்' நேரடியாகவே தலித் அடையாளத்துடனும் அரசியலுடனும் வெளிவந்தது. தங்களுக்கான முன்னோடியாக அம்பேத்கர், அயோத்திதாசர், ரெட்டமலை சீனிவாசன் ஆகியோரை வெளிப்படையாக முன்னிறுத்திய முதல் சினிமா 'மெட்ராஸ்'. வழக்கமான வணிக அம்சங்கள் இருந்தபோதும் 'புளூ பாய்ஸ்' நடனக்குழு தொடங்கி பல்வேறு காட்சிகளில் பாய்ந்த அம்பேத்கரின் நீலவண்ணம் அரசியல் முக்கியத்துவத்தை வலியுறுத்தியது. வெறும் சுவரோவியங்களாகவும் சிலைகளாகவும் இருந்த அம்பேத்கர் மூன்றாவது படமான 'கபாலி'யில் வசனமாகவே வந்துவிட்டார். 'மேட்டுக்குடியின் கூப்பாடு இனி நாட்டுக்குள்ளே கேட்காது', 'கலகம் செய்து ஆண்டைகளின் கதைமுடிப்பான்' போன்ற வரிகள் சாதிய மனம் கொண்டவர்களுக்கு மிகப்பெரிய எரிச்சலை ஏற்படுத்துகிறது.

ரஜினி வானவராயனாக நடித்ததைச் சகித்தவர்களால் அவர் தலித் 'கபாலி'யாக நடித்ததைச் சகிக்கமுடியவில்லை. சின்னக்கவுண்டர், தேவர் மகன் மற்றும் முத்தையாவின் படங்களோடு ரஞ்சித்தின் படங்களையும் பட்டியலில் இணைத்து அனைத்தும் 'சாதியப் படங்கள்' என நிரூபிக்கின்றனர். இத்தனை ஆண்டுகாலத் தமிழ் சினிமாவில் முதன்முதலாக ஒரு தலித் வாழ்வியல் பதிவுக்கு எதிரான அநீதியான எதிர்வினைகள் நமது சாதிய மனநிலையை வெளிச்சம் போட்டுக்காட்டுகின்றன. மேலும் பார்ப்பன, வெள்ளாள, கவுண்டர், தேவர் சினிமாக்களும் தலித் சினிமாக்களும் ஒன்றல்ல என்பதை அழுத்தமாகச் சொல்லவேண்டும். ஒரு தலித் சினிமா சாதியப் பெருமிதத்தை முன்வைத்து, மற்ற சாதியினரை இழிவாகக் காட்டுகிறது என்றாலோ வன்முறையைத் தூண்டுகிறது என்றாலோ நிச்சயமாக அந்தத் தலித் சினிமாவும்கூட கண்டிக்கப்பட வேண்டிய சாதிய சினிமாதான். ஆனால் ரஞ்சித்தின் படங்களோ வரையறுக்கப்பட்ட அளவில் தலித்துகளுக்கான உரிமையைக்

கோருகிறது. விரிவாக தலித் மக்களின் வாழ்க்கையைப் பதிவு செய்கிறதே தவிர, மற்ற எந்த சாதிகளையும்விட மேலானவர்கள் என்று உரிமை கோரவோ சாதியப் பெருமிதத்தை முன்வைக்கவோ இல்லை என்னும்போது தலித் சினிமாக்களையும் சாதிய சினிமாக்களையும் சமப்படுத்துவது அநீதியிலும் அநீதி.

வெறுமனே திரைப்பிம்பங்களிலும் காட்சியமைப்புகளிலும் கதையாக்கத்திலும் மட்டும் சாதியத்தின் பாதிப்பு இல்லை. திரைக்கு வெளியேயான ரசிகமனநிலையிலும் சாதியம் ஆழமாக வேர்கொண்டுள்ளது. தென்மாவட்டங்களில் முக்குலத்தோர் இளைஞர்கள் கார்த்திக் ரசிகர் மன்றம் அமைப்பதும், தலித் இளைஞர்கள் பிரசாந்த் ரசிகர் மன்றம் அமைப்பதும் (பின்னாளில் விக்ரம் ரசிகர்மன்றம்) வழக்கமான ஒன்று. 'சுந்தரபாண்டியன்' படத்தில் கார்த்திக் ரசிகர்மன்ற போஸ்டருக்குப் பக்கத்தில் ஒருவர் பவர்ஸ்டார் போஸ்டர் ஒட்டுவதும், அது எச்சரித்துக் கிழிக்கப்படுவதும் காட்சிப்படுத்தப்பட்டிருக்கும். பவர்ஸ்டார் தொடக்ககாலத்தில் திருமாவளவனோடு மேடையில் தோன்றியவர் என்பது குறிப்பிடத்தக்கது.

தொடக்ககாலத்தில் தி.மு.க.விலும் பின்பு காங்கிரஸிலும் இருந்த சிவாஜிகணேசன் ஒருகட்டத்தில் தேவர் அடையாளத்தை முன்னிறுத்தத் தொடங்கினார். தேவர் மகன், பசும்பொன், முதல் மரியாதை ஆகிய படங்களில் ஈர்ப்புடன் நடித்திருப்பார் என்பதைப் புரிந்துகொள்ளமுடிகிறது. இன்றைய காலகட்டத்தில் விவேக், கருணாஸ், கஞ்சா கருப்பு ஆகிய நகைச்சுவை நடிகர்கள் தங்களைத் தேவர் சாதிய அடையாளத்துடன் பிணைத்துக்கொள்கின்றனர். கருணாஸ் முக்குலத்தோர் புலிப்படை என்ற சாதி அமைப்பை நடத்திவருகிறார்.

சிவாஜிகணேசனைவிட எம்.ஜி.ஆரும் கமல்ஹாசனைவிட ரஜினிகாந்தும் அதிகச் செல்வாக்கு பெற்ற நடிகர்களாக இருப்பதற்குப் பின்னால் ஒரு சாதிய உளவியல் இருக்கிறது. தமிழர்களான நடிகர்களைச் சாதி அடையாளங்களோடு அணுகும் தமிழ் ரசிகமனம், எந்தவொரு நடிகரையும் உச்ச நடிகராக ஏற்றுக்கொள்வதற்குத் தயங்குகிறது. எனவே சாதி அடையாளம் தெரியாத, பிறமாநிலத்தில் பிறந்த நடிகர்களை உச்ச நடிகர்களாகத் தேர்ந்துகொள்வது எளிதாக இருக்கிறது. இத்தகைய அடையாளச் சிக்கல் என்பது அடிப்படையில் சாதியச் சிக்கலே.

உண்மையில் இந்தக் கட்டுரை பேசியுள்ள விஷயங்கள் கடலில் சிறுதுளியே. தமிழ் சினிமா உள்ளேயும் வெளியேயும் இயங்கும் சாதி குறித்துப் பேசுவதற்கு ஏராளம் இருக்கிறது.